सिंधी समाजाची राजकीय जागृती

अहमदनगर शहराच्या विशेष संदर्भासहित

प्राचार्य डॉ. बाळ कांबळे

डायमंड पब्लिकेशन्स

सिंधी समाजाची राजकीय जागृती
प्राचार्य डॉ. बाळ कांबळे

प्रथम आवृत्ती : सप्टेंबर २०१६

ISBN : 978-81-8483-695-0

© डायमंड पब्लिकेशन्स

मुखपृष्ठ
शाम भालेकर

अक्षरजुळणी
'अक्षरवेल', दत्तवाडी, पुणे – ४११ ०३०

प्रकाशक
डायमंड पब्लिकेशन्स
२६४/३ शनिवार पेठ, ३०२ अनुग्रह अपार्टमेंट
ओंकारेश्वर मंदिराजवळ, पुणे–४११ ०३०
☎ ०२०–२४४५२३८७, २४४६६६४२
info@diamondbookspune.com

ऑनलाईन पुस्तक खरेदीसाठी भेट द्या.
www.diamondbookspune.com

प्रमुख वितरक
डायमंड बुक डेपो
६६१ नारायण पेठ, अप्पा बळवंत चौक
पुणे –४११ ०३० ☎ ०२०–२४४८०६७७

पद्मभूषण डॉ. कर्मवीर भाऊराव पाटील यांनी बहुजनांसाठी
स्थापन केलेला रयत शिक्षण संस्थेचा शिक्षणरूपी रथ
अतिशय कुशलतेने, नि:स्पृहपणे व सचोटीने
पुढे चालविणारे
एक कृतिशील व द्रष्टे शिक्षणतज्ज्ञ,
कर्मवीर अण्णांचे नातू व
रयत शिक्षण संस्थेचे चेअरमन
आदरणीय डॉ. अनिल पाटील साहेब
यांना सविनय सादर…

प्रस्तावना

भारत देश हा विविध जाती-उपजाती, धर्म-उपधर्म, संस्कृती, प्रादेशिकता, वंश, भाषा व वेगवेगळा इतिहास इत्यादींनी नटलेला आहे. किंबहुना, 'विविधतेत एकता' हे आपले वैशिष्ट्य मानले जाते. असा विविधतेचा अभ्यास म्हणजे भारतातील विविध जाती समुदायांचा अभ्यास करणे होय. जाती आणि समुदायांच्या अंगाने अभ्यासपूर्ण संशोधन करण्याची परंपरा भारतातील सामाजिक समस्यांमध्ये मोठ्या प्रमाणात आढळते. स्वातंत्र्यप्राप्तीनंतर आणि प्रामुख्याने मंडल आयोगानंतर मागास, इतर मागास जातींमध्ये जे नवे भान आले, त्यामुळे जात समुदायांच्या अभ्यासाला अधिक चालना मिळाली.

समाजाचा इतिहास लिहिताना पूर्वी फक्त राजे - महाराजे यांनी केलेल्या मोहिमा, त्यात कोणाचा विजय - पराजय, सनावळ्या, कोणी कोणता प्रदेश घेतला इत्यादींची मर्यादित मांडणी होत होती; परंतु, त्या समाजाचा खरा इतिहास व त्यात झालेले सामाजिक, आर्थिक, राजकीय बदल, विशिष्ट घटनेचा त्यांच्यावर पडलेला प्रभाव इत्यादी महत्त्वपूर्ण घटक दुर्लक्षिले जात होते. उलट, कोणत्याही समाजाचा इतिहास आणि त्यातही राजकीय इतिहास मांडताना विशिष्ट समाज, त्याचा विकास, त्याची बलस्थाने, मर्मस्थाने, त्यांचा झालेला आर्थिक, सामाजिक, राजकीय विकास, त्या घटकांचा परस्परांशी असलेला संबंध यांचे विश्लेषण, विच्छेदन, मीमांसा आणि वस्तुनिष्ठ व निरपेक्ष पद्धतीने केलेल्या सिद्धांतनातून त्या समाजाचा वस्तुनिष्ठ इतिहास मांडला जाऊ शकतो. या पद्धतीने लहान - लहान जाती समूहांचे संशोधन होऊन त्यांची वस्तुनिष्ठ माहिती संकलित झाली तर त्या त्या समाजाचे खरे चित्र साकारण्यास मदत होऊ शकते. म्हणून प्राचार्य डॉ. बाळ कांबळे यांनी 'सिंधी समाजाची राजकीय जागृती' या पुस्तकातून फाळणीनंतर भारतात स्थायिक झालेल्या सिंधी समाजाचे केलेले चित्रण एकूण समाजघटकांसाठी उपयुक्त ठरणारेच आहे.

भारतातील 'सिंधी समाज' हा अभ्यास विषय 'थेसीस' म्हणून स्वीकारताना या समाजाचा इतिहास हा धार्मिक, सांस्कृतिक, आर्थिक, राजकीय इत्यादी अंगाने तपासणे अपरिहार्य ठरते. त्याशिवाय संशोधकाला त्या विषयाची वस्तुनिष्ठ मांडणी करणे शक्य

होत नाही. या समाजाचे अध्ययन करणे म्हणजे भारतातील हिंदू - मुस्लिमांमधील दुरावा कसा वाढत गेला. त्यातून द्विराष्ट्रवादाची मांडणी कशी पुढे आली आणि शेवटी धर्माच्या आधारावर देशाची फाळणी होऊन देशाची शकले कशी झाली व ही प्रक्रिया होताना पाकिस्तानमधून भारतात आलेले हिंदू, भारतातून पाकिस्तानात स्थलांतरित झालेले मुस्लीम, या स्थलांतराच्या प्रक्रियेत त्यांचे झालेले अतोनात हाल, निर्वासित म्हणून लोकांचे झालेले समावेशन इत्यादी विषय घटकांचा परामर्श घेणे, त्याची पूर्वपीठिका मांडणे हे संशोधकासाठी आणि संशोधन विषय पुढे नेण्यासाठी आवश्यक ठरते. त्या पद्धतीने या पुस्तकात प्राचार्य डॉ. बाळ कांबळे यांनी चांगला प्रयत्न केला आहे.

कोणताही 'थेसीस' मांडताना त्या विषयाचा पूर्वाभ्यास आवश्यक ठरतो. 'सिंधी' समाज, भारताची फाळणी, द्विराष्ट्रवाद, धर्माच्या आधारे झालेली फाळणी, निर्वासितांचा प्रश्न, त्यांचे पुनर्वसन, त्यासाठी त्या - त्या वेळी झालेले निर्णय त्यांची अंमलबजावणी, त्या विषयाशी निगडित साहित्य इत्यादी विविध विषयांवर विपुल प्रमाणात इतिहासात, साहित्यात लेखन झाले आहे. 'फाळणी' हा जरी सिंधी साहित्याचा मुख्य विषय राहिला असला तरी फाळणीतील दु:ख, समस्या, आठवणी, त्यांची परंपरा, उत्सव इत्यादिंपुरता मर्यादित राहून एकंदरीत सिंधी साहित्य फाळणीच्या दु:खाच्या परिघात फिरताना दिसते.

भारतातील हिंदू - मुस्लीम संबंध, मुस्लीम राज्यकर्त्यांची भारतावर झालेली आक्रमणे, मोगल सत्ता, त्यानंतर भारतात आलेले ब्रिटिश शासन, १८५७ च्या स्वातंत्र्य समरातील या दोन्ही समुदायांची भूमिका, ब्रिटिशांनी 'फोडा आणि झोडा' नीतिचा वापर करून हिंदू - मुस्लिमात निर्माण केलेली दुही, त्यातून मुस्लीम लीग, हिंदू - महासभा यांची स्थापना, काँग्रेसने एकसंघता राखण्याचा केलेला प्रयत्न, प्रत्येक समुदायातील नेतृत्वाची अतिरेकी महत्त्वाकांक्षा, त्यातून पुढे आलेला द्विराष्ट्रवाद, संविधान सभेने केलेला प्रयत्न, देशाला स्वातंत्र्यासोबत फाळणीरूपाने मिळालेला शाप, निर्वासितांची मानसिकता इत्यादी विषयांवर विपुल लेखन आढळते. संविधान सभेतील चर्चा, पत्र - व्यवहार सर मॉरीश ग्वेअर आणि अे. अप्पादोराई यांनी 'Speeches and Documents on the Indian Constitution' या ग्रंथात सविस्तर नोंदविला आहे. मात्र, सिंधी भाषा मूलत: ॲरबिक लिपीत असल्याने सिंधी समाजाविषयीचे सिंधी लेखकांचे लेखन सिंधी ॲरबिक लिपीत आढळते. त्यामुळे इंग्रजी, हिंदी, मराठी भाषिक लेखक - वाचक या साहित्याबाबत अनभिज्ञ राहिल्याचे दिसते; परंतु, जेव्हा ते साहित्य इंग्रजी, हिंदी व अन्य भाषेत भाषांतरित झाले किंवा लिहिले गेले तेव्हा मात्र या समाजाची खरी ओळख सर्वांप्रत पोहचल्याचे दिसते.

या समाजाविषयी विपुल माहिती विशद करण्यामध्ये यु. टी. ठाकूर व त्यांचा ग्रंथ

'सिंधीकल्चर', के. आर. मलकाणी यांचा 'दी सिंध स्टोरी', गंगाराम सम्राट यांचा 'सिंधू सौविर' गोविंद माल्हीचे 'अदब अै अदिब', रोहिडा सतीश यांचे 'भाषा, साहित्य और समाज', भेरोमल महरचंद आडवाणी यांचे विपुल लेखन आणि 'Indian Institute of Sindhology' या संस्थेमार्फत वेळोवेळी प्रकाशित झालेले साहित्य, त्यासोबत संत लीलाशहा, साधू टी. एल. वासवाणी, दादा वासवाणी, डॉ. राम पंजवाणीसारख्या साहित्यकार, संत व समाजसुधारकांचे योगदान मोठे आहे. वरील साहित्यासोबत फाळणीवर आधारित चित्रपट 'तमस' व अन्य सिरीअल्स, त्यातून या फाळणीच्या समस्येचे विदारक चित्र स्पष्ट होते. १८४७ ते १९३६ पर्यंत सिंध प्रांत हा मुंबई प्रांताचा भाग होता. सिंध प्रदेशाचे प्रशासन मुंबई या राजधानीतून चालत होते. याची माहिती ऐतिहासिक दस्तऐवजातून प्राप्त होते.

१९४८ ते २०१६ या कालावधित भारतातील वेगवेगळ्या प्रांतात आणि शहरात 'कॅम्प', 'कॉलनी' करून राहिलेला हा निर्वासित म्हणून सिंध प्रांतातून भारतात आलेला हा 'सिंधी समाज' धर्माने हिंदू असूनदेखील त्यांची भाषा, रितीरिवाज, त्यांची समाजव्यवस्था इत्यादी बाबतचे वेगळेपण आणि बळजबरीच्या आणि धर्माच्या आधारावर झालेल्या फाळणीचे बळी ठरलेल्या या समाजाचे मानसशास्त्रदेखील समजून घेणे आवश्यक ठरते. भारतात येऊन आणि येथील समाजात मिसळूनदेखील हा समाज आपले वेगळेपण जपतो आहे. याची मानसशास्त्रीय मीमांसा समजून घेणे आवश्यक ठरते. स्थलांतरितांचे मानसशास्त्र समजून घेताना स्थलांतरासोबत येणारे 'बदल' याचा समाज मनावर मोठा प्रभाव पडत असतो. कारण बदल आणि भय यांचा जवळचा संबंध असतो. निसर्ग परिवर्तनशील आहे. त्यासोबत मनुष्य प्राणीही त्या बदलाशी समायोजन करीत असतो. ते करीत असताना आपल्याजवळ जे आहे ते हरविण्याची भीती (Fear of Change), त्यातून बदलांना विरोध करण्याची प्रवृत्ती (An Instinct to Resist Change) निर्माण होते. त्यासोबत होणाऱ्या बदलांमुळे आपण अपयशी ठरू व आपले प्रयत्न वाया जातील, आपल्या अस्तित्वाला धोका निर्माण होईल. या भीतिपोटी (Fear of Failure) हा समाज चिंतीत असतो. त्यासोबत आपल्या श्रद्धा, आपली व्यवस्था या बदलांमुळे धोक्यात येईल यांची त्या समाजाला सतत भीती असते. कारण मनुष्य हा समाजशील प्राणी म्हणून आपल्या श्रद्धा, परंपरा, मूल्ये जपत असतो. होणाऱ्या बदलांमुळे त्यांना धक्का पोहचू शकतो. या भीतिपोटी हा समाज स्वत:ला अलिप्त राखतो किंवा त्यामुळे निर्माण झालेल्या झेनोफोबिया (Xenophobia) मुळे निर्वासित आणि स्थानिक यातील तणाव, हितसंबंधाचा संघर्ष किंवा काही गमावल्याची भावना त्यातून निर्माण होणारी प्रतिक्रिया (Reactions of Fear of Loss) इत्यादींचा मानववंशशास्त्रीय आणि समाजिकशास्त्राच्या अंगाने विचार

होणे गरजेचे ठरते. म्हणून एखाद्या स्थलांतरित समाजाचे विश्लेषण करताना मानसशास्त्रीय विश्लेषणासोबत भौगोलिक संदर्भदेखील तपासणे महत्त्वाचे ठरते. कारण प्रादेशिक सीमा ह्या त्या अर्थाने 'समाज व्यवस्था' सुरक्षित राखण्याचे काम करतात. जेव्हा एखाद्या समाजास त्याचा स्वत:चा प्रदेशच राहत नाही, तेव्हा त्याच्या सादृश्यतेचा (Indentity) प्रश्न निर्माण होतो.

या सादृश्यतेच्या समस्येतून (Identity Crises) अनेक उपसमस्या निर्माण होतात. त्या प्रामुख्याने अधिमान्यतेची समस्या (Legitimacy), शिरकावाची समस्या (Penetration), एकात्मतेची समस्या (Integration), सहभाग समस्या (Participation), वितरण समस्या (Distribution), इत्यादी अंगाने त्यांचा राजकीय विकास, त्या विकासात मोडणारे वरील घटक यांचादेखील संदर्भ नोंदविणे आवश्यक ठरते. अर्थात, एखाद्या समाजाची राजकीय विकास प्रक्रिया समजून तिचे विश्लेषण, विच्छेदन आणि आकलन मांडताना त्यातून विस्तारित मांडणीचे भय निर्माण होते आणि सामाजिक शास्त्रात 'समाज' घटकांचा अभ्यास आंतरविद्याशाखीय भूमिकेतून केल्याशिवाय त्या विषयाचे अंतरंग स्पष्ट होत नाही. अर्थात, प्राचार्य डॉ. बाळ कांबळे यांनी 'सिंधी समाजाची राजकीय जागृती' या संशोधन चौकटीत राहून विषयाची मांडणी केल्यामुळे वरील संदर्भ त्यात येतीलच अशी अपेक्षा करणे गैरवाजवी ठरू शकते. कारण संशोधन करताना संशोधक संशोधन विषय निश्चित करताना स्वत:हून काही मर्यादा आखून घेतो. त्याप्रमाणे कांबळेसरांनी अहमदनगर शहर, त्यातील सिंधी समाज आणि त्याची राजकीय जागृती या सीमेत राहून संशोधनाच्या चौकटीत व्यवस्थित मांडणी केली आहे.

हिंदुस्थानची फाळणी धर्माच्या आधारावर झाली व भारतातील काही मुस्लीम पाकिस्तानात आणि पाकिस्तानातील काही हिंदू भारतात आले त्यांपैकी 'सिंधी - हिंदू समाज' एक होय. सिंध प्रातांत राहत असलेल्या सिंधी, शीख, मुस्लीम समूहांपैकी मुस्लीम समूह तेथेच राहिला. त्यांनी इकडे आलेल्या निर्वासितांची मालमत्ता हडप केली. शिखांना त्यांचा प्रदेश मिळाला. मात्र, निर्वासित म्हणून झालेल्या सिंधी समाजाला आपली मातृभूमी, आपला प्रदेश, आपल्या पूर्वजांचे वास्तव्य असलेली भूमी आणि वैभवसंपन्न सांस्कृतिक पार्श्वभूमी तेथे टाकून, निर्वासित होऊन भारतात यावे लागले. आपली वैशिष्ट्ये, भाषा, रितीरिवाज, आपले वेगळेपण त्यांची स्वतंत्र ओळख कायम ठेवून हिंदू म्हणून येथील समाजाने त्यांना आपल्यात सामावून घेतले. याची सविस्तर माहिती या पुस्तकात मिळते. याउलट, भारतातून पाकिस्तानात गेलेल्या मुस्लिमांना 'महाजोर' संबोधून दुय्यम वागणूक दिली जाते. या पार्श्वभूमीवर भारतातील निर्वासित समाजाला अतिशय चांगल्या पद्धतीने समायोजित करण्यात आले, हे प्रकर्षाने नोंदवावेसे वाटते.

भारतातील वेगवेगळ्या जात - समूहांमध्ये आणि फाळणीमुळे भारतात आलेल्या सिंधी समाजामुळे काही मूलभूत फरक प्रकर्षाने दिसून येतो. वर उल्लेख केल्याप्रमाणे भारतातील जात - समूहाचा अभ्यास करताना वर्णव्यवस्था, जातिभेद, श्रेणीबद्ध समाजरचना यांचे वेगळेपण हे सिंधी समाजात अंशत: जाणवते. 'सिंधी' हा शब्द प्रदेशवाचक असून तो जातिवाचक नाही. भारतातील वर्णव्यवस्था इतर जाती, मागास जाती, त्यांच्यात मंडल आयोग शिफारशी अंमलात आल्यानंतर आलेले आत्मभान आणि सिंधी समाजाचे आत्मभान यात मूलभूत फरक आहे. कारण भारतातील मागास, इतर मागास समाज हा उपेक्षित होता, शोषित होता, अन्यायग्रस्त होता; याउलट, सिंधू संस्कृतीचा वारसदार म्हणून संपन्न अवस्थेतील जमीनदार व्यापारी वर्गापैकी आहे. सिंध प्रांतात असताना हा 'व्यापारी समाज' म्हणून ओळखला जाई. त्यांच्यात चार वर्ग होते. पहिले तीन वर्ग व्यापार व शेतीशी निगडित होते. तर चौथा वर्ग प्रशासनाशी संबंधित होता. आपल्याकडील बलुते पद्धत तेथे नव्हती; परंतु, न्हावी, धोबी, कुंभार इत्यादी जातींचे समूहही तेथे होते. 'नोकरी गुंहजी टोकरी' म्हणजे नोकरी शेणासारखी वाईट, असे ते मानत. म्हणून सरकारी नोकरीत त्यांचे प्रमाण आजही अत्यल्प आढळते.

प्राचार्य डॉ. बाळ कांबळे हे 'सिंधी समाजाची राजकीय जागृती' विशद करताना 'जाणीव' विकसित होण्याची प्रक्रिया स्पष्ट करतात. त्यासाठी सामाजीकरणाची प्रक्रिया, त्यातून 'माणूस' घडण्याची प्रक्रिया आणि त्या प्रक्रियेचा परिपाक म्हणजे सहभाग प्रक्रिया होय. माणूस मुळातच समाजशील प्राणी असल्याने तो वेगवेगळ्या पद्धतीने, वेगवेगळ्या पातळींवर त्याचा सहभाग समाजाच्या विविध घटकांमध्ये किंवा उपक्रमांमध्ये नोंदवित असतो. ते उपक्रम सामाजिक, आर्थिक, राजकीय किंवा धार्मिक स्वरूपाचे असू शकतात. सिंधी समाज भारतात स्थलांतरित होऊन आल्यानंतर वर उल्लेख केल्याप्रमाणे त्याची सुरुवातीची मानसिकता 'असुरक्षिततेशी' निगडित होती. त्यामुळे काही अंशी 'विकसित जाणिवा' असूनदेखील हा समाज स्थानिक समाजापासून अलिप्त राहिला व विशेषत: राजकीय प्रक्रियेपासून लांबच राहिला. परंतु, जेव्हा या समाजात स्थिरता आली, तेव्हा मात्र त्यांच्यातील विकसित जाणिवांमुळे त्याचा स्थानिक, प्रादेशिक आणि राष्ट्रीय पातळींवरील राजकीय प्रक्रियेतील सहभाग अधिकाधिक वृद्धिंगत झालेला दिसतो. मात्र, सरंजामी व्यवस्थेचा, संयुक्त कुटुंब व्यवस्थेचा आणि पारंपरिकतेचा प्रभाव अधिक असल्यामुळे पुरुष वर्गापेक्षा स्त्रियांचे प्रमाण सर्व घटकांच्या बाबतीत कमी आढळते.

सिंधी समाज भारतात 'निर्वासित' म्हणून आला असला तरी ते 'हिंदू' असल्यामुळे एक जैविक नाते स्थानिकांशी जोडले गेले. त्यामुळे स्थानिकांकडून त्यांना उपद्रव होण्याऐवजी सहकार्य मिळाले. त्याचबरोबर भारतातील लोकशाही शासन प्रणालीमुळे

त्यांना पोषक वातावरण मिळाले. म्हणून त्यांचा राजकीय विकास प्रक्रियेतील सहभाग, त्याचे सामाजीकरण आणि जाणिवांचा विकास अधिक होऊ शकला. अर्थात, जाणिवा, सामाजीकरण आणि सहभाग ह्या परस्पर पूरक असल्यामुळे त्यातील अंतर अतिशय पूसट असते. या प्रक्रियेच्या साहाय्याने विश्लेषण करणे अवघड असते. ते अवघड काम डॉ. कांबळे यांनी चांगल्या पद्धतीने केले आहे.

भारतातील या समाजाची काही वैशिष्ट्ये आहेत. ते जलपूजक असले तरी धार्मिक बाबतीत उदारमतवादी असून, धर्मनिरपेक्षता, कामावर निष्ठा, कमी नफा, जास्त व्यापार, भीक मागणे, कलंक, दान करणे, अहिंसा आणि शांतता या मुद्द्यांवर त्यांचा विश्वास आहे. जात पंचायत, रितीरिवाज, परंपरा यावर त्यांचा विश्वास असून प्रॉटेस्टंट पंथातील 'Work is Worship' या तत्त्वाचा त्यांनी अंगीकार केल्यामुळे सुरुवातीची काही वर्षे हालाखीत काढल्यानंतर या समाजाने स्थानिकांना न दुखविता आपली प्रगती साधली आहे. मात्र, आर्थिक विकास साध्य करताना राजकीय विकास प्रक्रियेत अभावाची स्थिती आढळते. कारण स्वतःच्या प्रदेशाच्या अभावाचे दुःख, काही अंशी फाळणीचे दुःख पहिल्या पिढीने पहिली काही दशके भोगली. 'सिंधी' भाषा प्रांत भाषा नाही. या समाजाला 'अल्पसंख्याक' दर्जा मिळाला नाही. वेगळे आरक्षण नाही. लोकसंख्या मर्यादित आणि वेगवेगळ्या ठिकाणी विखुरल्यामुळे 'मतपेटी'चा मोठा प्रभाव ते निर्माण करू शकत नाहीत.

सुरुवातीस या समाजाने समृद्ध राजकीय वारसा असतानादेखील जाणीवपूर्वक स्वतःला राजकीय प्रक्रियेतून अलिप्त ठेवल्याचे दिसते. नंतरही ती अलिप्तता कायम ठेवून स्थानिक स्वराज्य संस्थांच्या राजकारणात सहभाग नोंदविलेला दिसतो. या समाजातील नवीन पिढी, गतिमान, गतिशील परिवर्तनासोबत बदलताना दिसत आहे. म्हणून आपली वस्ती सोडून अन्य ठिकाणी व्यापार करणे, इतर सामाजिक प्रक्रियेत सहभागी होणे, हितसंबंध गट म्हणून सुरुवातीस काँग्रेससोबत, नंतर भा. ज. पा. सोबत या समाजाची वाटचाल दिसते आहे. साधारणतः १९४८ ते १९७० हा समाज स्वतःचे प्रश्न सोडविण्यात अडकला होता. स्थिर होणे, आपले उदरनिर्वाहाचे प्रश्न सोडविणे हिच त्यांची मुख्य समस्या होती. त्या काळातील त्यांचा सहभाग अत्यल्प होता. भाषेच्या समस्येमुळे स्थानिकांशी संवादाचा अभाव होता. म्हणून सुरुवातीस त्यांना जाणीवपूर्वक अलिप्तता राखलेली दिसते. अर्थात, सदर संशोधनाची मर्यादा ग्राह्य धरूनदेखील सर्वेक्षण पद्धतीचा अवलंब करताना मर्यादित नमुन्याच्या आधारे विशिष्ट निष्कर्षाप्रत पोहोचताना त्या निष्कर्षाला काही मर्यादा येऊ शकतात. कारण नमुना निवड, त्यातील शास्त्रीय पद्धत, उपलब्ध माहिती यातील उणिवा इत्यादींमुळे युनिव्हर्सल सिद्धांतने करता येत नाही. त्यासाठी

भूतकाळातील संदर्भ घेऊन आपले निष्कर्ष तपासले व त्यातून अनुकूलता वा प्रतिकूलता मांडली तर ती अधिक वस्तुनिष्ठ किंवा शास्त्र आधाराच्या जवळ जाण्याची प्रक्रिया ठरू शकते.

प्राचार्य डॉ. बाळ कांबळे यांनी प्राचार्य पद सांभाळून यु. जी. सी. प्रकल्प राबवून लहान-लहान जात समूह किंवा समाज अध्ययनाचा स्तुत्य प्रयत्न केला आहे. अमहदनगर शहरातील हा लहानसा समुदाय अभ्यासून, संशोधन मर्यादेत राजकीय जागृती, सहभाग आणि सामाजीकरण या मर्यादित अंगाने चांगली मांडणी केली आहे. अर्थात, हा विषय मी वर उल्लेख केल्याप्रमाणे खूप व्यापक ठरू शकतो. परंतु, संशोधकाच्या काही मर्यादा असतात. या मर्यादेच्या चौकटीत चांगल्या पद्धतीने सिंधी समाजासंबंधीची मांडणी निश्चितच स्वागतार्ह आहे. अर्थात, या मांडणी सोबत आंतरविद्याशाखीय दृष्टिकोनाचा स्वीकार करून हिंदू समाज व्यवस्था, त्यातील वर्ण व जात व्यवस्था आणि सिंधी समाजात ती अंशत: का आढळते ते हिंदू असूनदेखील हिंदू व्यवस्थेपेक्षा त्यांची व्यवस्था अधिक प्रगत का राहिली यांचे विश्लेषण भविष्यकालीन वाटचालीत झाले तर ते अधिक उपयुक्त ठरू शकेल.

डॉ. बाळ प्राचार्यपद सांभाळून आपण करीत असलेले संशोधन व अन्य उपक्रम ही अत्यंत स्तुत्य बाब आहे. अर्थात, आपल्यात ती क्षमता व ऊर्जा असल्यामुळे ते करू शकता. राज्यशास्त्र विषयाचा एक संशोधक म्हणून आपले भरीव योगदान आहे, असे मी मानतो. भविष्यात असेच प्रयत्नशील रहावे. तुमच्या प्रयत्नांना माझ्या शुभेच्छा !

धन्यवाद !

नाशिक
१५ सप्टेंबर २०१६

प्राचार्य डॉ. पी. डी. देवरे
अध्यक्ष
महाराष्ट्र राज्यशास्त्र व लोकप्रशासन परिषद

मनोगत

अहमदनगर शहरात विविध जातींचे, धर्मांचे लोक राहतात. तेथे हिंदू, मुस्लीम, जैन, बौद्ध, ख्रिश्चन, शीख अशा विविध धर्मांचे लोक राहतात. त्याचबरोबर शहरात मराठा, माळी, मारवाडी, दलित, साळी, कोष्टी कोळी, सिंधी, पंजाबी इ. जातींचे लोकही राहतात. आजपर्यंत अहमदनगर शहरातील जैन-मारवाडी व माळी समाजाचे सामाजिक, आर्थिक, राजकीय स्वरूपाचे अभ्यास झालेले आहेत. परंतु, शहरातील इतर समाजांचेही या प्रकारचे अभ्यास संशोधनाच्या चौकटीत व्हावेत, असे मला राज्यशास्त्राचा एक संशोधक, शिक्षक म्हणून नेहमी वाटत होते. कारण कोणत्याही शहराचे राजकारण, अर्थकारण आणि समाजकारण हे फक्त एक-दोन समाजाच्या अभ्यासांवरून कळू शकत नाही, तर त्यासाठी इतर समाजाचेही त्या शहराच्या विकासामध्ये योगदान पाहणे गरजेचे असते.

अहमदनगरच्या सिंधी समाजानेसुद्धा शहराच्या राजकारण, अर्थकारण व समाजकारण या क्षेत्रांत भरीव अशी कामगिरी केलेली असावी असे मला संशोधक म्हणून नेहमी वाटत होते. अहमदनगर शहरातील सिंधी समाजाची नेमकी स्थिती काय आहे, याचा मला संशोधनाच्या चौकटीत अभ्यास करावासा वाटला म्हणून मी दिल्ली येथील विद्यापीठ अनुदान आयोगाकडे (यु.जी.सी.) या विषयासंदर्भात संशोधन करण्यासाठी आर्थिक साहाय्य मागितले होते; त्यांच्याकडून ते मिळाले. त्याबद्दल मी त्यांचा आभारी आहे. त्यानंतर त्याबाबतचा अंतिम अहवाल त्यांच्याकडे पाठवून दिला. या विषयावर संशोधनाच्या चौकटीत राहून पुस्तकाचे लिखाण करावे असे मला वाटले, म्हणून 'सिंधी समाजाची राजकीय जागृती - अहमदनगर शहराच्या विशेष संदर्भासहित' या पुस्तकाचे मी लेखन केले आहे.

प्राचार्य, डॉ. बाळ कांबळे,
रयत शिक्षण संस्थेचे,
दादा पाटील महाविद्यालय,
कर्जत, जि. अहमदनगर

लेखक-परिचय

प्राचार्य डॉ. बाळ कांबळे

डॉ. बाळ कांबळे हे राज्यशास्त्र विषयाचे एक ज्येष्ठ अभ्यासक आहेत. त्यांना तीस वर्षांचा प्रदीर्घ अध्यापनाचा अनुभव असून, सध्या ते रयत शिक्षण संस्थेच्या कर्जत (जि. अहमदनगर) येथील दादा पाटील महाविद्यालयात प्राचार्य म्हणून कार्यरत आहेत. ते सातत्याने राजकीय, आर्थिक व सामाजिक संशोधन आणि शिक्षण सेवेत गुंतलेले असतात.

डॉ. कांबळे यांनी अनेक राष्ट्रीय व आंतरराष्ट्रीय चर्चासत्रे व परिसंवादात अभ्यासपूर्ण सहभाग नोंदविलेला आहे. राजकीय सिद्धान्त, राजकीय प्रक्रिया, लोक प्रशासन आणि स्पर्धा परीक्षा आदी विषयांवर त्यांनी अनेक संशोधन लेख व पुस्तके प्रकाशित केली आहेत. या सोबतच त्यांना विद्यापीठ अनुदान आयोग (यु.जी.सी.) नवी दिल्ली आणि महाविद्यालय व विद्यापीठ विकास मंडळ (बी.सी.यु.डी.) सावित्रीबाई फुले पुणे विद्यापीठ, पुणे यांच्या आर्थिक सहकार्याने अनेक संशोधन प्रकल्प पूर्ण केले आहेत. तसेच ३४ व्या 'महाराष्ट्र राज्यशास्त्र व लोकप्रशासन परिषदे' चे ते संमेलनाध्यक्ष आहेत.

अनुक्रम

१ | प्रास्ताविक : (अभ्यासाची उद्दिष्टे, राजकीय जागृतीचा अर्थ, संशोधन पद्धती)

अहमदनगर शहरात विविध जातींचे, धर्मांचे लोक राहतात. २०११च्या जनगणनेप्रमाणे अहमदनगर शहराची लोकसंख्या तीन लाख पन्नास हजार आठशे एकोणसाठ इतकी आहे. ही लोकसंख्या हिंदू, मुस्लीम, अमराठी, ख्रिश्चन या सामाजिक गटांत विभागली आहे. शहरात ७२.५% हिंदू असून इतर समाजामध्ये १७.५% मुस्लीम, ५.५२% जैन-मारवाडी, २.२५% बौद्ध, ३.९% ख्रिश्चन व ०.१८% शीख असे विविध धर्मीय लोक आहेत. त्याचबरोबर शहरात मराठा, दलित, माळी, साळी, कोष्टी, सिंधी, पंजाबी इत्यादी जातींचे लोकही राहतात. त्यांपैकी आत्तापर्यंत फक्त अहमदनगर शहरामधील जैन-मारवाडी समाजाचा अभ्यास संशोधनाच्या चौकटीत झालेला आहे. सदर अभ्यास डॉ. बाळ कांबळे यांनी केला. परंतु, अहमदनगर शहरात राहणाऱ्या इतर समाजाचा अभ्यास झाला नाही. त्याचा अभ्यास झाला पाहिजे असे वाटते. कारण अहमदनगर शहराचे राजकारण, समाजकारण, अर्थकारण केवळ एका समाजाच्या केलेल्या अभ्यासावरून लक्षात येत नाही. तर त्यासाठी शहरातल्या इतर समाजानेही शहर विकासासाठी कोणते योगदान दिले याचा विचार झाला पाहिजे. जैन-मारवाडी समाजाबरोबरच शहरात सिंधी समाजानेसुद्धा नगरमधील अर्थकारण, राजकारण व समाजकारण या क्षेत्रांत भरीव अशी कामगिरी केली आहे. म्हणून अहमदनगरच्या सिंधी समाजाचा अभ्यास केला पाहिजे असे मला वाटते.

अहमदनगर शहरातील जैन-मारवाडी समाजाच्या अभ्यासातून काही महत्त्वाचे निष्कर्ष निघाले आहेत. त्यावरून जैन-मारवाडी समाजाचा राजकीय सहभाग महत्त्वाचा मानला गेला. त्याचप्रमाणे अहमदनगर शहरातील सिंधी समाजाची नेमकी स्थिती काय आहे याचा सखोल अभ्यास व्हावा, असे वाटले म्हणून सिंधी समाजाचा अभ्यास केला आहे.

राजकीय जागृती ही लोकशाहीशी संबधित संकल्पना आहे. त्यामुळे या संकल्पनेचा अर्थ हा लोकशाही चौकटीत दाखविता येतो. सिंधी समाजाचा अभ्यास करताना राजकीय जागृतीच्या अनुषंगाने त्या समाजाकडून होणाऱ्या राजकीय कृतींचा, राजकीय प्रक्रियेच्या अभ्यासावर होणाऱ्या परिणामांचा येथे विचार केला आहे. हा अभ्यास फिल्ड वर्क रिसर्चवर आधारित आहे. त्यासाठी संशोधनाच्या निरीक्षण पद्धतीचा अवलंब केला.

अभ्यासाची उद्दिष्टे

या अभ्यासासाठी खालील उद्दिष्टे ठरविली होती -

१) अहमदनगर शहरातील सिंधी समाजाच्या राजकीय जागृतीचा अभ्यास करणे.

२) अहमदनगरमधील सिंधी समाजाचा इतिहास पाहणे.

३) अहमदनगरच्या सिंधी समाजाची शैक्षणिक प्रगती पाहणे. त्याचबरोबर त्यांचे स्थलांतर आणि त्यांच्या व्यापाराबद्दल माहिती घेणे.

४) सिंधी समाजाच्या राजकीय समाजीकरणाचा अभ्यास करणे.

५) सिंधी समाजातील राजकीय सहभागाच्या विविध पातळ्यांचा अभ्यास करणे.

६) अहमदनगर शहराच्या स्थानिक राजकारणाबाबत सिंधी समाजाची रुची पाहणे.

७) अहमदनगरच्या सिंधी समाजाचे इतर समाजाबरोबर निर्माण झालेले संबंध तपासणे. उदा. मराठा, माळी, मारवाडी इ.

८) सिंधी समाजाची राजकीय परिणामक्षमतेची जाणीव अभ्यासणे.

राजकीय जागृतीचा अर्थ

राजकीय जागृती ही लोकशाहीशी निगडित संकल्पना आहे. त्यामुळे या संकल्पनेचा अर्थ लोकशाहीच्या चौकटीत दाखविता येतो. अहमदनगरच्या सिंधी समाजाचा अभ्यास करताना त्या अनुषंगाने या समाजाकडून होणाऱ्या राजकीय कृतीचा, राजकीय प्रक्रियेच्या अभ्यासावर होणाऱ्या परिणामांचा या ठिकाणी विचार केला आहे. पहिल्यांदा या विषयाची व्याप्ती निश्चित केली. राजकीय जागृतीचा अर्थ लक्षात घेताना पुढील महत्त्वाचे मुद्दे लक्षात घेतले आहेत.

१) लोकांनी राजकीय संस्थांमध्ये जाणीवपूर्वक भाग घेतला पाहिजे. राजकीय प्रक्रियेत विविध पातळ्यांवर व्यक्तींनी स्वेच्छेने भाग घेऊन केलेल्या कृतीला राजकीय सहभाग म्हटले जाते. मतदान, प्रचार, पक्षकार्य, राजकीय सभांना उपस्थिती इ. कृतींचा समावेश राजकीय सहभागात होतो. काही वेळा औपचारिक निर्णय प्रक्रियेवर प्रभाव पाडणाऱ्या कृतीला राजकीय सहभाग म्हटले जाते. राजकीय सहभाग लोकशाहीचे महत्त्वाचे वैशिष्ट्य आहे. भारतात मात्र

खूप लोक प्रत्यक्ष राजकारणात उत्साहाने सहभागी होताना दिसतात. कारण ही राजकीय जाणिवेची पातळी सर्वांत उच्च प्रकारची असते.

२) आपण केवळ राजकारणात सहभागी होऊन चालत नाही, तर राजकारणा-बरोबरच एखादा दबावगट निर्माण केला जातो आणि ज्या प्रकारे दबावगटाची गरज निर्माण होईल, त्याप्रमाणे त्याचा वापर केला जातो. या पद्धतीने समाजाचे किंवा समूहाचे हितसंबंध जपण्याचे राजकारण केले जाते, त्यामुळे राजकीय जाणीवजागृतीचा हा एक अर्थ आहे.

३) राजकीय परिणाम क्षमतेची जाणीव - आपण एखादी कृती केल्यास तिचा प्रभाव पडेल असा सामाजिक व्यक्तींना वाटणारा विश्वास होय. राजकीय परिणाम क्षमतेची जाणीव म्हणजे आपल्या राजकीय कृतीचा राजकीय प्रक्रियेवर परिणाम होऊ शकतो असा नागरिकांना विश्वास वाटत असतो. राजकीय व सामाजिक बदल शक्य आहे असेही लोकांना वाटत असते आणि हा बदल घडवून आणण्यात नागरिक व्यक्तिश: भूमिका बजावू शकतात असे लोकांना वाटते. या ठिकाणी एक महत्त्वाची बाब लक्षात घेतली पाहिजे, ती म्हणजे राजकीय परिणाम क्षमतेची जाणीव असणे म्हणजे प्रत्यक्ष कृतिप्रवणता नव्हे, तर अशी जाणीव होणे हाच लोकशाहीचा महत्त्वाचा घटक असतो.

४) राजकारण फक्त राजकीय संस्था व दबावगट या स्वरूपांमध्ये न होता त्यासाठी निर्णय प्रक्रिया आपल्या बाजूला वळविणे. आणि सतत 'लॉबिंग' करणे या मुद्द्यांचा समावेश होतो. कोणताही समुदाय या प्रकारची जाणीव विकसित करत असतो. आपल्या एखाद्या विशिष्ट धोरणासंबंधीचे मत प्रभावित करण्याच्या प्रयत्नांना 'लॉबी पद्धत' (लॉबिंग) असे म्हटले जाते. व्यवसाय, व्यापार, आपले हितसंबंध यांचा नेहमी पाठपुरावा केला जातो आणि त्यातून निर्णय प्रक्रियेवर प्रभाव पाडला जातो.

५) राजकीय कृतिसज्जता वाढविणे - आपला समाज संघटित करणे, समाज विस्कळीत होऊ न देणे. उदा. महिलांच्या हळदी-कुंकू कार्यक्रमापासून ते समाजाचे वार्षिक मेळावे घेण्यापर्यंत कृती आखणे. त्यातून त्या समाजाची राजकीय कृतीसज्जता वाढविणे. समाजाच्या विशिष्ट रूढी-परंपरा लक्षात घेऊन कार्यक्रमांचे आयोजन करणे. त्या औपचारिक व अनौपचारिक कार्यक्रमांतून लोकांना विशिष्ट राजकीय कृतीसाठी तयार केले जाते. राजकीय संघर्षाचे मुख्य मुद्दे, त्या विषयाची विविध मते यांची माहिती देऊन; तरुण, विद्यार्थी, महिला, व्यापारी, कारखानदार अशा एखाद्या गटाला राजकीय कृतीसाठी मनाने तयार केले जाते.

६) राजकीय परिस्थिती, घटना किंवा व्यक्ती यांच्याविषयी व्यक्तीची पसंती आणि आवड व्यक्त करण्याच्या विचाराला राजकीय दृष्टिकोन म्हटले जाते. समाजातील लोकांचे त्यांच्या राजकीय हक्कांबद्दल, स्वातंत्र्यबद्दल व समतेबद्दल कोणते दृष्टिकोन आहेत ते पाहणे. जर हे दृष्टिकोन स्वातंत्र्य, समतेच्या बाजूचे असतील, तर तो समाज राजकीय जाणीव जागृत झालेला समाज म्हणून ओळखला जातो. जर ही मूल्येच त्या समाजातील लोकांना माहीत नसतील किंवा त्यांचा दृष्टिकोन या विरोधी असेल, तर तेथे राजकीय जागृती नसते. त्यामुळे साहजिकच त्या समाजामध्ये पारंपरिक दृष्टिकोन असल्यामुळे या समाजाची राजकीय जागृती ही परिघावर किंवा सीमारेषेवर राहते आणि ती राजकारणाच्या मध्यभागी येत नाही.

संशोधन पद्धती

हा फिल्ड वर्क रिसर्च आहे. अहमदनगर शहरामध्ये सुमारे १६०७० इतकी सिंधी समाजाची लोकसंख्या आहे. त्यांपैकी काही जण उद्योजक, व्यापारी, शिक्षण व्यवस्थेत काम करणारे आणि सामाजिक, धार्मिक, राजकीय नेते आहेत. या अभ्यासाची माहिती गोळा करण्यासाठी संशोधनाच्या निरीक्षण पद्धतीचा वापर केला आहे.

संशोधनाच्या प्राथमिक साधनांमध्ये प्रश्नावली व मुलाखत पद्धत वापरली, तसेच दुय्यम साधनांमध्ये ग्रंथालयातील सिंधी समाजावर लिहिलेले दुर्मीळ लेख, साहित्य, सिंधी समाजाची पारिवारीक निर्देशिका, सिंधी संत गोधडीवाले बाबा यांच्यावर वृत्तपत्रामध्ये प्रसिद्ध झालेले लेख आणि सिंधी समाजाच्या 'टेऊंराम मंदिर ट्रस्ट'कडे असलेली कागदपत्रे वापरली.

अभ्यास व संशोधन पद्धतीचा विचार करताना आणखी पुढील मुद्दे विचारात घेतले.

१) राजकीय जागृती ही संकल्पना मांडली आहे. राजकीय जागृती ही संकल्पना समजण्यासाठी जात-रचना व त्यांचे आर्थिक संबंध यांचा अभ्यास केलेला आहे. त्यांच्या पोटजाती, त्यांतील अंतर्गत संबंध, जातसंघटना यांबाबतची माहिती गोळा करण्यावर या अभ्यासात भर दिला.

२) अहमदनगर शहरात राहणारा सिंधी समाज हा प्रस्थापित नसून तो विस्थापित आहे. त्या समाजाचे स्थलांतर कोठून झाले, सिंधी समाजाची प्रगती कशी झाली; याचा प्रामुख्याने इतिहास मांडला आहे. सिंधी समाजाचा महाराष्ट्राच्या उत्पन्नामध्ये तसेच सामाजिक, राजकीय, शैक्षणिक, सांस्कृतिक क्षेत्रांतील त्यांच्या योगदानाचा विचार केलेला आहे. त्यासाठी अहमदनगर शहरातील

सिंधी समाजातील राजकीय नेते, विविध राजकीय पक्षांतील कार्यकर्ते, शिक्षणतज्ज्ञ, सामाजिक व धार्मिक नेते, व्यापार व उद्योग या क्षेत्रांतील नामवंत व्यक्तींच्या मुलाखती घेतल्या आहेत. तसेच प्रश्नावली तयार करून, सिंधी समाजातील महिला; विद्यार्थी; व्यापारी, राजकीय, सामाजिक, धार्मिक नेते व उद्योजक यांच्याकडून त्या भरून घेतल्या. अशा प्रकारे सिंधी समाजाची माहिती गोळा करून त्या समाजाचा इतिहास मांडला आहे.

३) अहमदनगर येथील सिंधी समाजाचे राजकारण व समाजकारण हे अहमदनगर शहराच्या पातळीवर घडते, प्रामुख्याने अहमदनगर महानगरपालिका पातळीवर घडते. त्या राजकीय संस्थांमधील व स्थानिक शासनसंस्थांमधील सिंधी समाजाच्या सहभाग तपासणीवर भर दिला आहे. त्यासाठी नगरपालिका-महानगरपालिका या संबंधातील निवडणूक आयोगाच्या कागदपत्रांचा अभ्यास केला आहे.

४) स्थानिक राजकारणाच्या बाहेर पडून विधानसभेच्या किंवा लोकसभेच्या होणाऱ्या निवडणुकांमध्ये अहमदनगर शहरातील सिंधी समाज सहभागी होतो का? सहभागी होत असेल तर या समाजाचा सहभाग किती? हे तपासण्यासाठी निवडणूक आयोगाची www.eci.govt.in या वेबसाईटची माहिती वापरण्यात आली.

५) औपचारिक संस्थांच्या पातळीवरील (उदा. नगरपालिका, महानगरपालिका, विधानसभा इ.) राजकारणाच्या बाहेर जाऊन सिंधी समाजाचे हितसंबंध जपण्यासाठी हा समाज दबावगटाच्या स्वरुपात कशाप्रकारे राजकारण करतो हेसुद्धा या अभ्यासात पाहिले आहे. पतसंस्था, बँका, हितसंबंधी गट या पातळीवरील राजकारण; सिंधी समाजातील संघटना व आर्थिक संस्थांवरील त्याचे नियंत्रण यांमधून घडते. त्यासाठी त्या संघटनांची सविस्तर माहिती सर्वेक्षण पद्धतीतून गोळा केली. सर्वेक्षण या प्रकारातून व्यक्तीची कृती, मते, दृष्टिकोन यांची नोंद करण्यासाठी प्रश्नावली पद्धती वापरली. सिंधी समाजातील राजकीय-सामाजिक नेते, उद्योजक, व्यापारी, विद्यार्थी, शिक्षण तज्ज्ञ, स्त्री-पुरुष यांच्याकडून एकूण १०० प्रश्नावल्या भरून घेतल्या. प्रश्नावलीच्या साहाय्याने माहिती गोळा करून नंतर तिचे आशय-विश्लेषण तसेच सांख्यिकी-विश्लेषण करणे शक्य झाले. त्याचबरोबर सिंधी समाजातील विविध क्षेत्रांतील अनेक नामावंतांच्या मुलाखतीसुद्धा घेतल्या आहेत. या समाजाचा बारकाईने अभ्यास करताना त्याचा खूपच उपयोग झाल्याचे जाणवले.

२ | अहमदनगर जिल्हा व शहराची ओळख

प्रस्तावना

संतांची भूमी म्हणून ओळखला जाणारा अहमदनगर जिल्हा पश्चिम महाराष्ट्राच्या मध्यभागी वसलेला आहे. क्षेत्रफळाच्या दृष्टीने महाराष्ट्रात प्रथम क्रमांकावर असलेल्या या जिल्ह्याचे क्षेत्रफळ १७,४१३ चौ. कि. मी. असून ते राज्याच्या क्षेत्रफळाच्या ५.६६ टक्के आहे. अहमदनगर जिल्ह्याच्या उत्तर सीमेवर नाशिक, ईशान्येस औरंगाबाद, पूर्वेस बीड व उस्मानाबाद हे जिल्हे असून; दक्षिण सीमेवर सोलापूर, पश्चिम सीमेवर ठाणे व पुणे हे जिल्हे लागून आहेत. महाराष्ट्रात फक्त दोन जिल्हे असे आहेत की, त्यांना सात जिल्ह्यांच्या सीमा लागून आहेत. अहमदनगर त्यांपैकी एक असून मराठवाड्यात परभणी हा दुसरा जिल्हा आहे. २०११च्या जनगणनेप्रमाणे जिल्ह्याची लोकसंख्या ४५,४३,१५९ आहे. पश्चिमेकडील डोंगराळ भाग व पूर्वेकडील सखल भाग असे जिल्ह्याचे स्वाभाविक विभाग आहेत. जिल्ह्याच्या पश्चिम भागातील हवामान थंड व कोरडे तर पूर्व भागातील हवामान उष्ण व कोरडे आहे.

गोदावरी व भीमा या जिल्ह्यातील प्रमुख नद्या आहेत. अहमदनगर जिल्ह्याच्या उत्तर सीमेवरून गोदावरी नदी वाहते. प्रवरा व मुळा या तिच्या उपनद्या आहेत. भीमा नदी जिल्ह्याच्या दक्षिण सीमेवरून वाहते. दक्षिण भागातून सीना, हंगा, घोडा या नद्या दक्षिणेकडे वाहतात. काळी लालसर, काळी बरड व पांढरी या प्रकारात जिल्ह्याची जमीन विभागलेली आहे. जिल्ह्यामध्ये एकूण १,५८१ खेडी आहेत व ती १४ तालुक्यांत विखुरलेली आहेत. १४ पंचायत समित्या, १,३११ ग्रांमपंचायती, १ महानगरपालिका, ८ नगरपालिका, २ नगर पंचायती व १ कटक मंडळ जिल्ह्यात आहेत.

रब्बी ज्वारी हे जिल्ह्याचे मुख्य पीक आहे. जिल्ह्यामध्ये खरीब हंगामात बाजरी, भूईमुग, सोयाबीन व मूग ही पिके तर रब्बी हंगामात ज्वारी, गहू, हरभरा ही पिके घेतली जातात. ऊस हे जिल्ह्याचे प्रमुख नगदी पीक असून त्यामुळे जिल्ह्याची आर्थिक प्रगती झाली आहे. द्राक्षे, संत्री, डाळिंब इ. फळांचे उत्पादनही जिल्ह्यात घेतले जाते. जिल्ह्यातील बागायती शेती प्रामुख्याने विहिरींच्या पाण्यावर केली जाते. गंगापूर, भंडारदरा, मुळा, घोड, कुकडी या धरणांच्या पाटपाण्याचा जिल्ह्याने चांगला उपयोग करून घेतला आहे. सहकार क्षेत्रात अहमदनगर जिल्हा सुरुवातीपासून अग्रेसर असून, भारतातील पहिला सहकारी कारखाना सन १९५० साली प्रवरानगर येथे उभारला गेला. जिल्ह्यात सर्व प्रकारच्या मिळून ९,५३४ सहकारी संस्था आहेत. तसेच उद्योग क्षेत्रात नगर जिल्हा प्रगतिपथावर आहे. महाराष्ट्र राज्याचे निम्म्याहून अधिक साखरेचे उत्पादन एकट्या नगर जिल्ह्यात केले जाते. जिल्ह्यात १८ साखर कारखाने कार्यरत आहेत.

कृषी, शैक्षणिक व सामाजिक क्षेत्रांत उल्लेखनीय प्रगती केलेले पारनेर तालुक्यातील 'राळेगणसिद्धी' हे गाव आदर्श ग्राम म्हणून प्रसिद्ध असून, भारतातील विविध राज्यांतील प्रशासकीय अधिकारी व सामाजिक कार्यकर्ते तेथे अभ्यासासाठी भेट देत असतात. तसेच नगर तालुक्यातील 'हिवरे बाजार' हे पाणलोट क्षेत्राबाबत प्रसिद्ध झाले आहे.

श्री साईबाबांची शिर्डी व अवतार मेहेरबाबांचे मेहराबाद ही अहमदनगर जिल्ह्यातील धार्मिक स्थळे. ही भारतातील नव्हे, तर जगातील अनेक भक्तांची श्रद्धास्थाने आहेत. याशिवाय श्री ज्ञानेश्वर मंदिर (नेवासा), श्री शनि शिंगणापूर, श्री दत्त मंदिर (देवगड), व श्री सिद्धीविनायकाचे सिद्धटेक जगदंबा देवी (राशिन), गोदड महाराज मंदिर (कर्जत) या तीर्थक्षेत्रांनी भाविकांच्या मनात अहमदनगर जिल्ह्याचे आगळेवेगळे स्थान निर्माण केले आहे.

अहमदनगर जिल्ह्याची ऐतिहासिक पार्श्वभूमी

डेक्कन कॉलेजने जिल्ह्यात नेवासा येथे केलेल्या उत्खननानुसार प्रारंभिक पाषाणयुगात प्रवरा, गोदावरीच्या खोऱ्यात विटे, अकोले येथे मनुष्य वस्तीस होता. मलिक अहमद याने इ.स.१४९४ मध्ये वसविलेले व अहमद निजामशहाचे राजधानीचे शहर पुढे त्याच्याच नावाने अहमदनगर शहर म्हणून ओळखले जाऊ लागले. जिल्ह्याचे मुख्यालय अहमदनगर शहर असल्याने जिल्ह्याला अहमदनगर हे नाव देण्यात आले.

प्रशासकीयदृष्ट्या इंग्रज काळामध्ये इ.स.१८२२मध्ये अहमदनगर जिल्ह्याची निर्मिती झाली. तत्कालीन अहमदनगर जिल्ह्याची हद्द आत्ताच्या नाशिक जिल्ह्यातील वणीपर्यंत, तर दुसऱ्या टोकास सोलापूर जिल्ह्यातील करमाळ्यापर्यंत होती. १८३०मध्ये सोलापूर उपविभागाचा नगर जिल्ह्यामध्ये समावेश करण्यात आला. १८६९मध्ये नाशिक व सोलापूर

जिल्ह्यांची निर्मिती झाल्याने वणी व करमाळा हे भाग अहमदनगर जिल्ह्यातून वगळण्यात आले. १९५६मध्ये नगर जिल्हा द्वैभाषिक मुंबई राज्यात व १९६० साली महाराष्ट्र राज्यात समाविष्ट करण्यात आला. पुणे महसूल विभागात असलेला अहमदनगर जिल्हा फेब्रुवारी १९८१ पासून नाशिक या नवीन महसूल विभागात समाविष्ट करण्यात आला.

जिल्ह्याची खास वैशिष्ट्ये

अहमदनगर शहरातील कटक मंडळ क्षेत्रात असलेल्या भुईकोट किल्ल्याला ५२५ वर्षांचा इतिहास असून, निजामशाहीचा संस्थापक अहमद बादशाहाने शहर वसविण्यापूर्वी इ. स. १४९०मध्ये किल्ला बांधला. या किल्ल्याचा परीघ १ मैल ८० यार्ड इतका असून, किल्ल्यास २२ बुरूज आहेत. किल्ल्याभोवती अभेद्य तटबंदी आहे. त्याभोवती विस्तीर्ण खंदक आहेत. खंदक ओलांडण्यासाठी ब्रिटिशांच्या काळात इ.स.१८३२मध्ये मागील बाजूस झुलता पूल बांधण्यात आला. अजूनही त्याचे अवशेष बाकी आहेत. ‘चले जाव’ आंदोलनात ऑगस्ट १९४२ ते मार्च १९४५ या कालावधीत पंडित जवाहरलाल नेहरू, वल्लभभाई पटेल, मौलाना आझाद, नरेंद्र देव आदी बारा राष्ट्रीय नेत्यांना याच किल्ल्यात बंदिवासात ठेवण्यात आले होते. या बंदिवासात पं. जवाहरलाल नेहरू यांनी ‘डिस्कव्हरी ऑफ इंडिया’ हा ग्रंथ लिहिला.

अहमदनगर शहराचे लष्करीदृष्ट्या महत्त्व

पठारी प्रदेश, सौम्य हवामान, भौगोलिकदृष्ट्या मध्यवर्तीत्व या कारणांमुळे नगर शहर हे लष्कराचे एक महत्त्वाचे केंद्र आहे. शहरात लष्कराचे पुढील चार विभाग कार्यरत आहेत.

१. आर्मर्ड कोअर सेंटर अँड स्कूल (ए. सी. सी. एस.) २. मेकॅनाइज्ड इन्फंट्री रेजिमेंटल सेंटर (एम. आय. आर. सी.) ३. व्हेइकल रिसर्च अँड डेव्हलपमेंट एस्टॅब्लिशमेंट (व्ही. आर. डी. ई.) ४. कंट्रोलरेट ऑफ क्वालिटी अ‍ॅश्युरन्स (व्हेइकल) (सी. क्यु. ए. व्ही.)

१. **ए. सी. सी. एस. :** ए. सी. सी. एस. चे मुख्यालय अहमदनगर येथे आहे. नगर येथे ए. सी. सी. एस. ची बेसिक ट्रेनिंग रेजिमेंट (बी. टी. आर.) आहे. आर्मर्ड कोअरमध्ये भरती झालेले जवान या विभागात प्रशिक्षण घेतात. लष्करातील नव्या रणगाड्यांची चाचणी या विभागात घेतली जाते. अधिकाऱ्यांच्या प्रशिक्षणासाठी या केंद्राचा जगभर लौकिक आहे. अनेक देशातील लष्करी अधिकारी येथे प्रशिक्षणासाठी येतात. ए. सी. सी. एस. चे रणगाडा संग्रहालय महत्त्वपूर्ण आहे.

२. **एम. आय. आर. सी. :** 'मेकॅनाइज्ड इन्फंट्री' ही लष्कराची विशेष रेजिमेंट आहे. जवानांना कोणत्याही प्रकारच्या युद्ध क्षेत्रावर जाऊन, शत्रूला नष्ट करून स्वत:ला सुरक्षित ठेवण्याचे प्रशिक्षण येथे दिले जाते. अमेरिका, श्रीलंका, कझाकिस्तान या देशातील अधिकाऱ्यांनी येथे प्रशिक्षिण घेतले आहे.

३. **व्ही. आर. डी. ई. :** 'वाहन अनुसंधान विकास आस्थापना' (व्ही. आर. डी. ई.) येथे लष्करी उपयोगाच्या वाहनांसाठी संशोधन होते. उपग्रहवाहक व क्षेपणास्त्र वाहक वाहने व्ही. आर. डी. ई. येथे विकसित करण्यात आली आहेत. उद्योगांद्वारे निर्मित नवीन वाहनांची सर्वांत प्रथम चाचणी व्ही. आर. डी. ई. येथे घेतली जाते.

४. **सी. क्यु. ए. व्ही. :** वाहनांच्या सुट्या भागांची चाचणी घेण्यासाठी अत्याधुनिक व्यवस्था सी. क्यु. ए. व्ही. येथे विकसित करण्यात आली आहे.

अहमदनगर जिल्ह्याचे भौगोलिक महत्त्व

भौगोलिक स्थान

अहमदनगर जिल्हा १८° २' व १९° ९' उत्तर अक्षांश आणि ७३°९' व ७५°५' पूर्व रेखांश यांमध्ये वसलेला आहे. नगर जिल्हा अंशत: गोदावरी खोरे व अंशत: भीमा नदीच्या खोऱ्यात सामावलेला आहे. २०० कि. मी. लांब व २१० कि. मी. रुंद असे जिल्ह्याचे क्षेत्र आहे. जिल्ह्याच्या सीमारेषा नाशिक, औरंगाबाद, बीड, उस्मानाबाद, सोलापूर, ठाणे व पुणे या जिल्ह्यांना भिडलेल्या आहेत.

पर्वतरांगा

सह्याद्री पर्वतामुळे नगर व ठाणे जिल्ह्यांमध्ये एकूण ६० कि. मी. लांबीची नैसर्गिक पर्वतरांग तयार झाली आहे. कुलंग, रतनगड व हरिश्चंद्रगड हे तीन प्रमुख किल्ले जिल्ह्यामध्ये सह्याद्री पर्वतरांगांमध्ये वसलेले आहेत. कळसूबाई पर्वत रांगेमुळे नगर व नाशिक जिल्ह्यांमध्ये ४० कि. मी. लांबीची सीमारेषा तयार झाली आहे. आढळा पर्वतरांग ही कळसूबाई पर्वत रांगेची शाखा आहे. बाळेश्वर पर्वतरांग संगमनेर व अकोले तालुक्यांमध्ये पसरलेली आहे. १०० कि. मी. लांबीच्या या पर्वतरांगेमध्ये 'बाळेश्वर' हे हेमाडपंथी शैलीतील मंदिर तसेच 'पेमगड' किल्ला वसलेला आहे. हरिश्चंद्रगड पर्वतरांग ही जिल्ह्यातील सर्वाधिक लांब पर्वतरांग आहे. या पर्वतरांगेमुळे नगर व पुणे जिल्ह्यातील सीमारेषा तयार झाली आहे.

जलस्रोत

अहमदनगर जिल्ह्याचा समावेश महाराष्ट्रातील दोन प्रमुख नदीव्यवस्थांमध्ये होतो. जिल्ह्याचा उत्तर भाग गोदावरी नदीप्रणालीमध्ये व दक्षिण भाग भीमा नदीप्रणालीमध्ये समाविष्ट होतो. जिल्ह्यातून वाहणाऱ्या नद्यांमध्ये गोदावरी, प्रवरा, आढळा, म्हाळुंगी, मुळा, भीमा, घोड, सीना या प्रमुख नद्या आहेत. त्याचबरोबर नगर जिल्ह्याचे जलसिंचन भंडारदरा, मुळा व निळवंडे या मुख्य धरणांवर अवलंबून आहे. तसेच अहमदनगर जिल्ह्यातील श्रीरामपूर, नगर, पाथर्डी, कर्जत, पारनेर, संगमनेर, कोपरगाव, राहाता या तालुक्यांमध्ये विहिरी जास्त प्रमाणात आहेत आणि अहमदनगर जिल्ह्यात विसापूर, भातोडी, गुणवडी येथे तलाव आहेत.

जमीन

ज्वालामुखीच्या लाव्हारसापासून संपूर्ण अहमदनगर जिल्ह्याचा भूस्तर तयार झालेला असून तो दख्खन टापू या नावाने ओळखला जातो.

हवामान व पाऊस

अहमदनगर जिल्ह्याचे हवामान साधारणपणे उष्ण व कोरडे आहे. महाराष्ट्रात अहमदनगर जिल्हा प्रामुख्याने अवर्षणप्रवण क्षेत्र म्हणून ओळखला जातो. अहमदनगर जिल्ह्याचे पर्जन्यमान अनिश्चित स्वरूपाचे असून पर्जन्याची वाटणी असमान आहे.

अकोले व संगमनेर तालुक्याच्या पश्चिम भागातील सरासरी पर्जन्यमान इतर तालुक्यांपेक्षा जास्त आहे. पण तेही नियमित नाही. सन २००७-०८मध्ये जिल्ह्याचे सरासरी पर्जन्यमान ५७९ मि. मी. होते.

पीक पद्धती व व्याप्ती

अहमदनगर जिल्ह्यात खरीप, रब्बी आणि उन्हाळी असे तीन कृषी उत्पादनांचे हंगाम प्रचलित आहेत. जिल्ह्यात खरीप हंगामात बाजरी, ज्वारी, तांदूळ, नाचणी, वरई ही धान्य पिके, तर कुळीथ, मूग ही कडधान्ये आणि भुईमूग व सूर्यफूल ही गळीताची पिके घेतली जातात. तांदूळ व नाचणी ही पिके बहुतांशी अकोले तालुक्यामध्ये घेतली जातात. रब्बी हंगामात ज्वारी, गहू, हरभरा ही पिके घेतली जातात. त्याचप्रमाणे उन्हाळी हंगामात सामान्यपणे ज्या ठिकाणी ओलिताची व्यवस्था आहे अशा क्षेत्रांत उन्हाळी भुईमूग, मका, सूर्यफूल, भाजीपाला व चाऱ्याची पिके घेतली जातात.

लोकसंख्या व साक्षरता

२०११च्या जनगणनेप्रमाणे अहमदनगर जिल्ह्यातील एकूण लोकसंख्या ४५, ४३, १५९ आहे. तसेच जिल्ह्यातील साक्षरांचे एकूण लोकसंख्येशी प्रमाण ७५.३०% इतके आहे. जिल्ह्यातील एकूण पुरुष लोकसंख्येपैकी ८५.७०% साक्षर आहेत. तर एकूण स्त्री लोकसंख्येपैकी ६४.३०% स्त्रिया साक्षर आहेत. एकूण लोकसंख्येतून ० ते ६ वर्षं वयोगटाची लोकसंख्या वजा करून साक्षरता प्रमाण काढले आहे. अहमदनगर जिल्ह्याचे क्षेत्रफळ १७,४१३ चौ. कि. मी. असून क्षेत्रफळाच्या दृष्टीने हा जिल्हा महाराष्ट्र राज्यात प्रथम क्रमांकावर आहे.

अहमदनगर जिल्ह्याचे अर्थकारणातील महत्त्व

कृषी उत्पादन विपणन

जिल्ह्यात एकूण १४ कृषी उत्पन्न बाजार समित्या व १६ उपसमित्यांमार्फत कृषी उत्पादनाची विक्री केली जाते. अहमदनगर येथील बाजार समिती जिल्ह्यातील सर्वांत मोठी बाजारपेठ असून, त्या ठिकाणी परजिल्ह्यातूनही कृषी मालाची आवक मोठ्या प्रमाणावर होते.

सहकार

अ) सहकारी साखर कारखाना - सहकार चळवळीच्या क्षेत्रात अहमदनगर जिल्हा महाराष्ट्र राज्यात प्रथमपासून अग्रेसर आहे. प्रवरानगर, ता. राहाता येथील 'पद्मश्री, डॉ. विठ्ठलराव विखे पाटील सहकारी साखर कारखाना' हा भारतातील सहकारी क्षेत्रातील पहिला साखर कारखाना होय. साखर उत्पादनात अहमदनगर जिल्हा महाराष्ट्रात प्रथम क्रमांकावर आहे. जिल्ह्यात १८ कारखाने कार्यान्वित आहेत. जिल्ह्यातील साखर कारखान्यांमुळे अनेक छोट्या-मोठ्या उद्योगांची वाढ होऊन ग्रामीण भागात अनेक व्यक्तींना रोजगार उपलब्ध झालेला आहे.

ब) बँक - 'अहमदनगर जिल्हा मध्यवर्ती सहकारी बँक' ही आशिया खंडातील सहकारी क्षेत्रातील सर्वांत मोठी बँक म्हणून प्रसिद्ध आहे. 'अहमदनगर जिल्हा मध्यवर्ती सहकारी बँके'च्या व इतर सहकारी बँकांच्या ४२४ शाखा जिल्ह्यात कार्यान्वित आहेत. 'सेंट्रल बँक ऑफ इंडिया' ही जिल्ह्याची अग्रणी बँक असून जिल्ह्यात २१४ व्यापारी बँकांची कार्यालये आहेत.

क) सहकारी संस्था - जिल्ह्यात सर्व प्रकारच्या मिळून एकूण ९५३४ सहकारी संस्था आहेत, त्यांपैकी १३२२ प्राथमिक कृषी सहकारी संस्था, ११७९ बिगर कृषी

पतसंस्था, ६२ पणन संस्था, १८ सहकारी साखर कारखाने, १६ दूध संघ व २७९९ दुग्ध सहकारी संस्था आहेत.

महाराष्ट्र औद्योगिक विकास महामंडळ

अहमदनगरपासून १२ कि. मी. अंतरावर नगर-मनमाड रस्त्यावर वसलेल्या महाराष्ट्र औद्योगिक विकास महामंडळाच्या क्षेत्रात 'किर्लोस्कर बेअरींग', 'गरवारे नायलॉन', 'इंडियन सिमलेस', 'क्रॉम्प्टन ग्रिव्हज्', 'रॅलीज इंडिया', 'इंडिया फोर्जिंग', 'चाकण ऑईल मील', 'सह्याद्री स्ट्रक्चरल्स', 'बुट्स इंडिया' इ. नामवंत कंपन्यांनी उत्पादन सुरू केले आहे. सध्या संगमनेर शहराजवळही कारखानदारी वाढत आहे. नाशिक शहर जवळ असल्यामुळे तेथील कारखानदारी वाढण्यास आणखी वाव आहे.

अहमदनगर जिल्ह्याचे सामाजिक चित्र

अहमदनगर जिल्ह्यात हिंदू, मुस्लीम, ख्रिश्चन, जैन, बौद्ध, शीख असे विविध धर्मीय लोक राहतात. जातींच्या आधारे विचार करता ब्राह्मण, मराठा, माळी, धनगर, वंजारी, साळी अशा विविध जातींचे जिल्ह्यात वास्तव्य आहे. व्यापार व्यवसायाच्या निमित्ताने जैन-मारवाडी, गुजराथी, पंजाबी, सिंधी समूह जिल्ह्यात स्थिरस्थावर झालेले आहेत. भाषेच्या बाबतीत मुख्यत्वे मराठी ही व्यवहाराची भाषा आहे. तसेच जिल्ह्यातील अनुसूचित जातींची लोकसंख्या ४,८४,६५५ तर अनुसूचित जमातींची लोकसंख्या ३,०३,२५५ इतकी आहे. एकूण लोकसंख्येशी या लोकसंख्येचे प्रमाण अनुक्रमे १२% व ७.५१% इतके आहे.

ग्रामविकास

राळेगणसिद्धी : पारनेर तालुक्यातील राळेगणसिद्धी या अत्यंत मागासलेल्या गावाचा कायापालट भारतीय लष्करातील सेवानिवृत्त सैनिक पद्मभूषण श्री. अण्णा हजारे यांनी केला. अण्णा हजारे यांनी कृषी, सिंचन, सामाजिक वनीकरण, गोबर गॅस संयंत्र उभारणी तसेच कुटुंब नियोजन, शिक्षण, समाजकल्याण इ. क्षेत्रांत या गावाची उल्लेखनीय प्रगती घडवून आणली व गाव व्यसनमुक्त केले. राळेगणसिद्धी हे राज्यातील नव्हे, तर भारतातील एक 'आदर्श खेडे' असून, विविध राज्यांतील शासकीय अधिकारी, सामाजिक कार्यकर्ते अभ्यासासाठी येथे वारंवार भेटी देतात. राळेगणच्या धर्तीवर विकासासाठी महाराष्ट्र शासनाने संपूर्ण महाराष्ट्रात ३०० गावे निवडली असून १५ गावे अहमदनगर जिल्ह्यातून निवडली आहेत.

हिवरेबाजार : नगर तालुक्यातील हिवरेबाजार येथील सरपंच श्री. पोपट पवार

यांनी अथांग परिश्रमातून विकसित केलेले हे गाव आज देशात व परदेशातही नावाजले आहे. या ठिकाणी जलसंधारण, ग्रामविकास, अपारंपरिक ऊर्जा विकास व कृषी विकासाच्या विविध योजना राबवून हे गाव आदर्श बनविलेले आहे.

अहमदनगर जिल्ह्याचे राजकीय चित्र

जिल्ह्याची भौगोलिक व आर्थिक आधारावर दक्षिण व उत्तर अशी विभागणी केली जाते व ही विभागणी राजकारणातही प्रतिबिंबित झाली आहे. ही विभागणी पुढील आधारांवर झालेली आहे. सिंचन विभाग, सहकारी कारखानदारी, व्यापारी समूहांचा राजकीय सहभाग, सेना-भाजप कामगिरी, कम्युनिस्ट चळवळ व मराठेतर जातींचा राजकीय सहभाग.

उत्तर-दक्षिण विभागीकरणाचे स्पष्टीकरण -

दक्षिण विभागाचे चित्र : जिल्ह्याच्या दक्षिण विभागात नगर शहर व कर्जत, जामखेड, पारनेर, पाथर्डी, शेवगाव, श्रीगोंदा, नेवासा तालुक्यांचा समावेश होतो, यांपैकी नगर, कर्जत, जामखेड, पारनेर हे तालुके दुष्काळी म्हणून गणले जातात. या तालुक्यांमध्ये सिंचन सुविधा पुरेशी नाही आणि दक्षिणेतील या तालुक्यांपैकी नगर, कर्जत, जामखेड, पारनेर या तालुक्यांमधील सहकारी साखर कारखानदारीची परिस्थिती दोलायमान आहे. तसेच सहकारी साखर कारखाना हा या तालुक्यांच्या राजकारणाचा कणा नाही. दक्षिणेतील या तालुक्यांचा समावेश असलेल्या लोकसभा मतदार संघामध्ये व नगर शहर, पाथर्डी या विधानसभा मतदार संघामध्ये भा. ज. प., शिवसेना, काँग्रेस, राष्ट्रवादी काँग्रेस या प्रमुख पक्षांकडून व्यापारी समूहांना राजकीय संधी देण्यात आलेली आहे. आणि दक्षिण विभागातील नगर शहर, पाथर्डी, पारनेर, राहुरी, कर्जत, जामखेड या मतदारसंघामध्ये शिवसेना-भाजपने प्रभाव निर्माण केलेला आहे. तसेच पाथर्डी, शेवगाव, कर्जत, जामखेड या मतदार-संघामध्ये अनुक्रमे वंजारी, माळी, धनगर या मराठेतर जातींना संधी मिळाली आहे.

उत्तर विभागाचे चित्र : जिल्ह्याच्या उत्तर भागामध्ये श्रीरामपूर, कोपरगाव, राहाता, संगमेनर, अकोले या तालुक्यांचा समावेश होतो. उत्तरेतील तालुक्यांमध्ये जलसिंचन पुरेशा प्रमाणात आहे. या तालुक्यांमध्ये (अंशत: अकोले तालुक्याचा अपवाद करता) सहकारी साखर कारखानदारी सुदृढ आहे. 'पद्मश्री विखे पाटील साखर कारखाना,' लोणी व 'कोपरगाव सहकारी साखर कारखाना,' कोळपेवाडी हे आशियातील अनुक्रमे प्रथम व द्वितीय सहकारी साखर कारखाने याच भागात स्थापन झाले. तसेच या सर्व तालुक्यांमध्ये सहकारी साखर कारखानदारी हा राजकारणाचा कणा आहे आणि अकोले (अनुसूचित जमाती राखीव) हा मतदार संघ वगळता या भागामध्ये मराठा नेतृत्वाचा प्रभाव आहे.

जिल्ह्यातील प्रमुख सत्ता केंद्रे

१. लोकसभा मतदार संघ - जिल्ह्यात लोकसभेचे दोन मतदार संघ आहेत.

१. अहमदनगर (दक्षिण)

२. शिर्डी - या मतदारसंघाला यापूर्वी कोपरगाव असे नाव होते व तत्पूर्वी १९५१च्या निवडणुकीत अहमदनगर उत्तर असे नाव होते. मतदार संघ पुनर्रचनेनुसार सन २००९ पासून शिर्डी लोकसभा मतदार संघ अनुसूचित जातींसाठी राखीव आहे.

२. विधानसभा मतदार संघ - जिल्ह्यात विधानसभेचे १२ मतदार संघ आहेत. अहमदनगर दक्षिण लोकसभा मतदार संघात अहमदनगर शहर, शेवगाव, कर्जत-जामखेड, श्रीगोंदा, पारनेर, राहुरी या विधानसभा मतदार संघांचा समावेश होतो.

शिर्डी लोकसभा मतदारसंघात नेवासा, शिर्डी, श्रीरामपूर (अनुसूचित जाती राखीव), कोपरगाव, संगमेनर, अकोले (अनुसूचित जमाती राखीव) या विधानसभा मतदार संघांचा समावेश होतो.

३. विधानपरिषद - नाशिक पदवीधर व नाशिक शिक्षक मतदारसंघामध्ये नगर जिल्ह्याचा समावेश आहे. याशिवाय नगर जिल्ह्यातून स्थानिक स्वराज्य संस्था मतदारसंघातून विधानपरिषदेवर एक उमेदवार निवडला जातो.

याशिवाय जिल्ह्यात जिल्हा परिषद, पंचायत समित्या, अहमदनगर जिल्हा मध्यवर्ती सहकारी बँक, सहकारी साखर कारखाने, कृषी उत्पन्न बाजार समिती, सहकारी दूध संघ, नागरी सहकारी बँका ही महत्त्वाची सत्ताकेंद्रे आहेत. याबरोबरच आता जिल्ह्यातील सहकार क्षेत्रातील अभिजनांनी खासगी साखर कारखाने व खासगी दूध संघ या दोन क्षेत्रांमध्ये प्रवेश केला आहे.

जिल्ह्यातील राजकारणाचे सामाजिक आधारांसंदर्भाने विवेचन -

विधानसभा मतदारसंघांचा विचार करता शेवगाव, पारनेर, राहुरी, कोपरगाव, संगमनेर, शिर्डी या मतदारसंघांमध्ये मुख्यत्वे मराठा उमेदवार विजयी झालेले दिसतात. लोकसभा मतदारसंघांचा विचार करता, जुन्या कोपरगाव मतदार संघामध्ये अपवाद वगळता विजयी उमेदवारांमध्ये मराठा समाजाचे वर्चस्व राहिलेले आहे. तसेच श्रीरामपूर, नेवासा या विधानसभा मतदारसंघांमध्ये माळी व कर्जत-जामखेड मतदार संघामध्ये धनगर समाजातील उमेदवार विजयी झालेले आहेत. पाथर्डी मतदार संघामध्ये वंजारी जातीचे उमेदवार निवडून आलेले आहेत. जिल्ह्यामध्ये अकोले तालुक्यामध्ये अनुसूचित जमातींचा राजकीय प्रभाव प्रामुख्याने दिसून येतो. तसेच नगर शहर विधानसभा मतदार संघामध्ये व्यापारी जाती व ब्राह्मण जातीतील उमेदवार निवडून आलेले आहेत. नगर दक्षिण लोकसभा

मतदारसंघामध्ये जैन-मारवाडी समाजाचे उमेदवार निवडून आलेले आहेत आणि जिल्ह्यामध्ये दोन्ही लोकसभा मतदार संघांत व समाविष्ट मतदार संघांत राजकीय पक्षांनी महिलांना अपवादानेच उमेदवारी दिलेली आहे. या पातळीवर जिल्ह्याचे राजकारण पुरुषी वर्चस्वाचे असल्याचे दिसते, मात्र गेल्या निवडणुकीपासून विधानसभेसाठी काही महिलांना उमेदवारी दिली आहे.

अहमदनगर शहर

अहमदनगर शहराच्या स्थापनेला ५२५ वर्षे झाली आहेत. इ.स.१४९४मध्ये मलिक अहमद याने वसविलेले व अहमद निजामशाहाचे राजधानीचे शहर पुढे त्याच्याच नावाने अहमदनगर शहर म्हणून ओळखले जाऊ लागले. शहरातील भुईकोट किल्ल्याला ५२५ वर्षांचा इतिहास आहे. अहमद बादशाहाने अहमदनगर शहर वसविण्यापूर्वी इ.स. १४९०मध्ये हा किल्ला बांधला. निजामशाहीमधील काही पुरातन वास्तूंचे आजही जतन केलेले आहे. उदा. बागरोजा, फराहबाग, भुईकोट किल्ला, इलाई बुरूज, बारा इमाम कोटला, लक्कड महल, हश्त, बेहस्त महल, दमडी मशीद, शहा शरिफ दर्गा, सलाबत खान मकबरा, (चांदबिबीचा महाल) इ.

अहमदशहाच्या काळात अहमदनगरला चांगल्या इमारती बांधून पूर्ण झाल्या म्हणून अहमदनगर शहराची स्पर्धा बगदाद व कैरो या शहरांबरोबर होऊ लागली. अहमदशहाच्या वेळी अहमदनगर शहराची वस्ती विखुरलेली होती असे एका संशोधनातून पुढे आले आहे. तट्टी दरवाजाची वस्ती दुसऱ्या बादशहाच्या वेळेस झाली. अहमदशहाच्या वेळेपासून शहराची भरभराटच झाली. त्यानंतर प्रत्येक बादशहाच्या सरदारांनी त्यात सुधारणा केल्या. त्यानंतरही चांदबिबीच्या वेळेपर्यंत अहमदनगर शहर चांगल्या स्थितीत होते.

निजामशाहीच्या शेवटी त्यांच्या गडबडीत शहराचा विकास झाला नाही. शहर ओसाड पडत गेले. त्यानंतर शहाजखान बादशहाचा सुभेदार सर्जेखान याने शहराला आकार देण्याचा प्रयत्न केला. अहमदनगरचे सर्वसाधारणपणे तीन भाग पाडलेले दिसतात. एक मध्यवस्तीचा, दुसरा त्याभोवती पसरलेल्या पुराचा व तिसरा शहरापूर्वीच्या खेडेगावचा भाग होय. या सर्वांचा शहराच्या तटाच्या आत समावेश झाला आहे.

अहमदशहाच्या राज्यात अहमदनगरला राजधानी म्हणून जितके महत्त्व होते, तितकेच महत्त्व व्यापाराच्या दृष्टीने होते. पंधराव्या, सोळाव्या शतकात अहमदनगर शहर त्यावेळचे व्यापारासाठी एक प्रमुख शहर होते. व्यापार परदेशांशी म्हणजे इराण, अरबस्थान, पोर्तुगाल या देशांबरोबर व्यापार होत होता. अहमदनगरहून परदेशी जाणारा माल म्हणजे गहू, बाजरी, कापड, मलमल हा होता. तसेच परदेशातून सुपारी, मसाला, खजूर इत्यादी माल

येत होता. निजामशाहीला उतरती कळा लागल्यानंतर मात्र अहमदनगरचे व्यापाराचे महत्त्व कमी होऊन सुरत शहराचे महत्त्व वाढले. निजामशाहीच्या काळात बऱ्याच गुजराथी व्यापाऱ्यांबरोबर त्यांचे संबंध आले होते. अहमदनगरला मारवाडी वर्ग येऊन सुमारे २०० ते २५० वर्षे झाली असावीत असे अहमदनगरच्या मारवाडी समाजाचा राजकीय, सामाजिक, आर्थिक स्थितीचा संशोधनात्मक अभ्यास केलेले डॉ. बाळ कांबळे यांचे म्हणणे आहे. निजामशाहीत व त्यानंतर अहमदनगर शहरात धान्याचा प्रमुख व्यापार होता. अहमदशहा बादशहा उद्योगधंद्याला प्रोत्साहन देणारा होता. हातमागावर साधे कपडे, लुगडी ही प्रामुख्याने स्वकूळ साळी व पद्मसाळी समाजाकडून तयार केली जात होती. निजामशाहीत धंद्यावरही काही बंधने आली. नंतरच्या काळात हा धंदा परत जोमाने सुरू झाला. कापड विणण्याच्या खालोखाल तांब्याची व पितळेची भांडी निर्मितीसाठीही अहमदनगर शहर प्रसिद्ध होते.

सध्या अहमदनगर शहरात विविध जाती-धर्माचे लोक राहतात. २०११च्या जनगणनेप्रमाणे शहराची लोकसंख्या ३,५०,८५९ इतकी आहे. शहरात ७२.५% हिंदू असून इतर समाजामध्ये १७.५% मुस्लीम, ५.५२% जैन-मारवाडी, २.२५% बौद्ध, ३.९% ख्रिश्चन व ०.१८% शीख धर्मीय लोक आहेत. त्याचबरोबर शहरात मराठा, दलित, माळी, साळी, कोष्टी, सिंधी, पंजाबी या जातींचे लोक राहतात.

३ | भारतातील आणि महाराष्ट्रातील सिंधी समाज

सिंधी समाज हा मूळचा सध्याच्या पाकिस्तानमधील सिंध प्रांतातील असून १९४७च्या भारत-पाकिस्तान फाळणीनंतर बहुतांश हिंदू-सिंधी लोक भारतात स्थलांतरित होऊन भारताच्या विविध भागांत स्थायिक झाले. फाळणीदरम्यान अंदाजे ६० लाख हिंदू आणि शीख लोक पाकिस्तानातून भारतात, तर साधारणत: तितकेच मुस्लीम लोक भारतातून पाकिस्तानात स्थलांतरित झाले. हिंदू-सिंधी समाज व मुस्लीम-सिंधी समाजातील संबंध चांगले असल्यामुळे फाळणीच्या वेळेस हिंदू-सिंधी लोक सिंध प्रांतामध्येच राहणे अपेक्षित होते. फाळणीपर्यंत १४ लाख हिंदू-सिंधी लोक पाकिस्तानमधील हैदराबाद, कराची, शिकारपूर आणि सुक्कूरसारख्या शहरांमध्ये प्रामुख्याने राहत होते; परंतु फाळणीनंतर भारतातील गुजरात, उत्तर प्रदेश, बिहार, हैदराबाद स्टेट, राजस्थान आणि भारतातील इतर ठिकाणांहून मोठ्या प्रमाणात मुस्लीम निर्वासितांचा लोंढा पाकिस्तानात स्थलांतरित झाल्यामुळे पाकिस्तानातील बहुतेक हिंदू-सिंधी लोकांनी असुरक्षिततेच्या कारणास्तव पाकिस्तान सोडण्याचे ठरविले. कराचीमध्ये उसळलेल्या दंगलीनंतर त्यांचा प्रश्न अधिक गंभीर बनला. भारतातील १९५१च्या जनगणनेनुसार सुमारे ७,७६,००० हिंदू-सिंधी लोक भारतात स्थलांतरित झाले. फाळणीदरम्यान जरी पाकिस्तानातील हिंदूंनी भारतात स्थलांतर केले असले, तरी अजूनही काही हिंदू-सिंधी समाज पाकिस्तानातील सिंध प्रांतात राहत आहे. तर २००१मध्ये भारतात राहणाऱ्या सिंधी लोकांची संख्या २५,७०,००० इतकी होती. फाळणीनंतर भारत आणि पाकिस्तानमध्ये स्थलांतरित झालेल्या निर्वासितांचे पुनर्वसन करण्याची जबाबदारी संबंधित सरकारने स्वीकारली. आपली स्थावर मालमत्ता सोडून, नव्याने तयार झालेल्या सीमा ओलांडून आलेल्या सिंधी निर्वासितांसाठी छावण्या उभारण्यात आल्या होत्या.

वंशपरंपरागत मालकीची जमीन सोडून आलेल्या सिंधी समाजावर हा एक दीर्घकालीन परिणाम करणारा घटक होता. त्यांना भयंकर दारिद्र्याला तोंड द्यावे लागले. भारतीय सरकारने १९६७मध्ये सिंधी भाषेला दोन लिपीतील १५ व्या अधिकृत भारतीय भाषेचा दर्जा दिला. परंतु २००४मध्ये सिंधी भाषिक समाजाने रवींद्रनाथ टागोरांनी भारताला स्वातंत्र्य मिळण्यापूर्वी लिहिलेल्या राष्ट्रगीतामध्ये वापलेल्या 'सिंध' या शब्दामुळे पाकिस्तानच्या सार्वभौमत्वावर गदा येते, म्हणून 'सिंध' हा शब्द भारतीय राष्ट्रगीतामधून वगळण्यासाठी सुप्रिम कोर्टामध्ये याचिका दाखल केली.

निर्वासितांचे पुनर्वसन :

१९४७च्या फाळणीनंतर पाकिस्तानातील सिंध प्रांतातून सिंधी निर्वासितांचा एक फार मोठा गट भारतात आला. भारतीय सरकारने निर्वासितांसाठी छावणी म्हणून 'आदिपूर' गाव वसविले. नंतर त्याचे व्यवस्थापन स्वयंशासित सिंध पुनर्वसन पालिकेकडे वर्ग करण्यात आले. या पुनर्वसन पालिकेचे सर्व श्रेय भाई प्रताप दियालदास यांच्याकडे जाते. त्यांनी पाकिस्तानातून आलेल्या सिंधी निर्वासितांच्या पुनर्वसनासाठी म. गांधींकडे जमिनीची मागणी केली. म. गांधींच्या विनंतीवरून कच्छचे महाराज श्री. विजयराजजी खेनगरजी जडेजा यांनी १५,००० एकर जमीन सिंधी लोकांच्या पुनर्वसनासाठी दान केली. कारण कच्छचे हवामान व संस्कृती सिंधशी मिळतीजुळती होती. सिंध प्रांतातून आलेल्या सिंधी निर्वासितांच्या पुनर्वसनासाठी दान केलेल्या जागेवर आदिपूर वसविण्यात आले. सिंधी भाषा, वाङ्मय, कला व संस्कृती यांचा प्रगत अभ्यास व संशोधन करण्यासाठी आदिपूरमध्ये 'गांधीधाम' नावाचे केंद्र उभारण्यात आले. पाकिस्तानातील सिंध प्रांतातून अहमदाबाद येथे आश्रयास आलेल्या सिंधी निर्वासितांमुळे अहमदाबादची लोकसंख्या एकाएकी वाढली. अहमदाबादमध्ये आश्रयास आलेल्या निर्वासितांसाठी कुबेरनगरमध्ये घरे उभारण्यात आली.

कच्छचे महाराज श्री. विजयराजजी खेनगरजी जडेजा यांनी म. गांधींच्या विनंतीवरून भाई प्रताप यांना १५,००० एकर जमीन दिली. भाई प्रताप यांनी सिंधी निर्वासितांच्या पुनर्वसनासाठी 'सिंधू पुनर्वसन पालिका' (एस. आर. सी.) स्थापन केली. या 'सिंधू पुनर्वसन पालिके'चे आचार्य कृपलानी चेअरमन, तर भाई प्रताप दियालदास हे कार्यकारी संचालक होते. भारत सरकारने कच्छच्या आखातामध्ये कांडला बंदर उभारण्यासाठी निवडलेल्या जागेपासून काही मैल अंतरावर या निर्वासितांना घरांची पुनर्उभारणी करण्यास मदत करणे, हे या पालिकेचे मुख्य उद्दिष्ट होते. डॉ. ओ. एच. कोईंगसबर्गर (डायरेक्टर ऑफ द गव्हर्नमेंट ऑफ इंडियाज, डिव्हिजन ऑफ हाऊसिंग) यांच्या अध्यक्षतेखालील

नियोजन समितीने त्याचा पहिला आराखडा तयार केला. नंतर १९५२मध्ये 'अॅडम हार्वड' व 'ग्रीनली' कंपनीने त्यामध्ये सुधारणा केल्या. सदर शहराच्या उभारणीची पायाभरणी म. गांधीजींनी केल्यामुळे शहराला 'गांधीधाम' असे संबोधण्यात आले.

महाराष्ट्रातील ठाणे जिल्ह्यातील उल्हासनगर हे नगर पालिका असलेले तालुक्याचे ठिकाण आहे. तसेच ते मध्य रेल्वेच्या मुंबई-पुणे महामार्गावरील एक रेल्वे स्टेशन आहे. ते सिंधी निर्वासितांचे ६८ वर्षांपासून वसाहतीचे ठिकाण आहे. मुंबईपासून ५८ कि.मी. अंतरावर, एके काळी ओसाड असलेल्या ठाणे जिल्ह्यातील जमिनीवर हे शहर वसलेले आहे. मुळात 'कल्याण कॅम्प' म्हणून ओळखले जाणारे उल्हासनगर हे दुसऱ्या महायुद्धातील ६००० सैनिक व ३०,००० इतर लोकांना राहण्यासाठी वसविले होते. तेथे २१२६ बराकी व ११७३ घरे होती. या बराकींमध्ये मध्यवर्ती हॉल व बाजूला खोल्या होत्या. महायुद्धाच्या शेवटी या बराकी ओस पडल्या होत्या. फाळणीनंतर आलेल्या निर्वासितांना राहण्यासाठी त्या चांगल्या स्थितीत होत्या. १९४७ च्या फाळणीनंतर पाकिस्तानातून आलेल्या सिंधी निर्वासितांनी उल्हासनगरमध्ये नवीन जीवनाला सुरुवात केली. पाकिस्तानातील हैदराबाद येथून आलेले सिंधी निर्वासित मुंबई व गोवामार्गे बंगलोर येथे आले. तेथे 'कॉक्स टाऊन' येथे सार्वजनिक हाऊसिंग सोसायटी स्थापन केली. तेथे गुरू नानक जयंती यासारखे उत्सव साजरे करण्यासाठी सार्वजनिक सभागृह उभारण्यात आले. सिंधी निर्वासितांच्या आगमनामुळे शहरात सिंधी संस्कृती व सिंधी खाद्यपदार्थांची शहराला ओळख झाली. तसेच 'सिंधी कॉलनी' भारतातील सिकंदराबादचे एक प्रमुख उपनगर बनले. ते पाकिस्तानानतून आलेल्या सिंधी निर्वासितांचे प्रमुख निवासस्थान बनले.

१९४७च्या भारत-पाकिस्तान फाळणीनंतर असंख्य सिंधी लोक त्यांच्या मूळ सिंध प्रांतापासून दुरावले गेले आणि ते भारतातील गुजरातमध्ये आले. परंतु स्थानिक हिंदू समाज त्यांच्या आगमनावर नाखूश होता. तरीही या निर्वासित सिंधी लोकांना खरे हिंदू म्हणून भारतात स्वीकारले गेले. मायकेल बोइवीनने आपल्या 'इंटरप्रिटींग द सिंधी वर्ल्ड : एसेज ऑन कल्चर अँड हिस्ट्री' या पुस्तकात सिंधी समाजाविषयी असलेला पूर्वग्रह मांडला आहे. झुलेलाल या स्थानिक हिंदू देवतेला भारतातील सिंधी समाजाची देवता बनविले गेले. या देवतेने सिंधींना भारतीय ओळख मिळवून देण्यात महत्त्वाची भूमिका बजावली.

सिंधी लोक :

सिंधी लोक प्रामुख्याने भारतातील वायव्य भागात राहतात. त्यांचे वास्तव्य राजस्थान, गुजरात, महाराष्ट्र, मध्य प्रदेश तसेच भारताची राजधानी नवी दिल्ली येथे आहे.

गुजरातमधील कूच प्रांतात सिंधी भाषा एक स्थानिक भाषा म्हणून ओळखली जाते. जरी भारतातील ५ ते १० टक्के असलेले सिंधी-शीख हे प्रमुख अल्पसंख्याक म्हणून ओळखले जात असले, तरी ९०% सिंधी लोक हिंदू धर्म मानतात. भारतातील विविध शहरांमध्ये सिंधी समाज विखुरलेला आहे. त्यामध्ये प्रामुख्याने उल्हासनगर, कल्याण, मुंबई, पुणे, अहमदनगर, गांधीधाम, सुरत, आदिपूर, गांधीनगर, अहमदाबाद, भावनगर, भोपाळ, अजमेर, जैसलमेर, कोटा, दिल्ली, चंदिगड, जयपूर, बंगळुरू, हैदराबाद, चेन्नई, रायपूर, इंदोर, नागपूर, जबलपूर, कटनी, सटाना, रेवा, बिलासपूर, इ. शहरांचा समावेश होतो.

पाकिस्तानातून आलेले सिंधी निर्वासित जेव्हा भारताच्या भूमीवर पोहोचले, तेव्हा त्यांना भारत सरकारच्या डायरेक्टर जनरल ऑफ इव्हाक्युएशनने मुंबई, काठेवाड, राजस्थान आणि मध्य भारतात उभारलेल्या असंख्य मदत छावण्यांमध्ये पाठविले आणि सामावून घेतले. मारवाड आणि पाली येथे रेल्वेने आलेल्या निर्वासितांना राजस्थानमधील विविध छावण्यांमध्ये पाठविण्यात आले. तर काहींना अहमदाबाद, रतलाम आणि खांडवा येथे उभारलेल्या तात्पुरत्या कॅम्पमध्ये पाठवून, पुढे त्यांना मुंबईतील विविध छावण्यांमध्ये पाठविण्यात आले. मार्च १९४८मध्ये काठेवाड बंदरावर आलेल्या ३२,००० सिंधी निर्वासितांसाठी १२ छावण्या उभारण्यात आल्या. त्याचप्रमाणे निर्वासितांना सामावून घेण्याची वेगवेगळी क्षमता असलेल्या छावण्या बिकानेर, कोटा, उदयपूर, जोधपूर आणि राजस्थानातील इतर शहरांमध्ये उभारण्यात आल्या. त्याच काळात मुंबईमध्ये भारत सरकारने उभारलेल्या विविध छावण्यांमध्ये १,२९,००० सिंधी निर्वासितांनी आश्रय घेतलेला होता. सिंधी शहर वसविण्याचा मुख्य उद्देश डोळ्यांसमोर ठेवून कल्याणमधील पाच मिलिटरीचे कॅम्पूस निर्वासितांसाठी उपलब्ध करून देण्यात आले होते. पाकिस्तानातील सिंध प्रांतातून आलेल्या सर्वांत जास्त म्हणजे १,५०,००० निर्वासितांना सामावून घेणाऱ्या छावण्या मुंबई प्रांतातील सात जिल्ह्यांमध्ये विखुरलेल्या होत्या.

अनपेक्षितपणे तातडीने उभारल्या लागलेल्या या छावण्यांमध्ये निर्वासितांचा भरणा क्षमतेपेक्षा जास्त, तर नागरी सुविधा प्राथमिक स्वरूपाच्या होत्या. त्यामुळे पुरेसे अन्न, औषध, वैद्यकीय सुविधा, कपडे इ. गोष्टींचा तातडीने पुरवठा करावा लागला. निर्वासितांवर होणारा हा अफाट खर्च राज्यांना फार अधिक काळ भागविणे शक्य नव्हते. ३१ ऑक्टोबर १९४९ पर्यंत मोफत चालविल्या जाणाऱ्या मदत छावण्या बंद करण्याचा भारत सरकारचा निर्णय झाल्यानंतर, देवळाली येथील १२,२०० संख्या असलेल्या निर्वासितांची छावणी बंद करून तेथील निर्वासितांना पुनर्वसनासाठी भोपाळला, तर २०० कुटुंबांना अलवार आणि भरतपूर येथे पाठविण्यात आले. ऑगस्ट १९४९च्या शेवटी मुंबईतील २५ मदत छावण्यांमध्ये जवळपास २.१ लाख निर्वासित

राहत होते. त्यांतील १.५५ लाख निर्वासितांना मदत (डोल) मिळत होती. दरम्यान १ लाख निर्वासितांची संख्या असलेले उल्हासनगर हे एक स्वतंत्र शहर विकसित झाले. तसेच विकासाच्या मार्गावर असलेल्या कांडला बंदराशेजारील कच्छमध्ये गांधीधाम हे दुसरे प्रमुख सिंधी शहर विकसित झाले.

मध्य भारतातील केररा कॅम्प नोव्हेंबर १९४९मध्ये बंद केल्यानंतर तेथील काही निर्वासितांना ग्वाल्हेरमधील कारखान्यांमध्ये कामगार म्हणून समाविष्ट करून घेण्यासाठी पाठविण्यात आले, तर काहींना ग्रीड जिल्ह्यात पुनर्वसनासाठी पाठविण्यात आले. ऑगस्ट १९४९च्या शेवटी मध्य प्रदेशातील विविध छावण्यांमधील निर्वासितांची संख्या ५४,००० होती; परंतु पुढे ती कमी होत जाऊन वर्षाच्या शेवटी मध्य प्रदेशामध्ये फक्त १३,६०० निर्वासित उरले. १९४९मध्ये सर्व निर्वासितांच्या छावण्या बंद करण्याचा निर्णय झाल्यानंतर; तिलदा, मान आणि चक्रभट्ट येथील तीन छावण्यांचे निर्वासितांसाठी कायमच्या वसतिस्थानामध्ये रुपांतर करण्याचा निर्णय घेण्यात आला. इ.स.१९४९च्या शेवटी राजस्थानमध्ये फक्त १५,००० निर्वासित उरले होते, म्हणजेच त्याच वर्षी ऑगस्टमधील ६०,००० निर्वासितांपैकी ७५ टक्के निर्वासितांची संख्या कमी झाली होती. याचे कारण म्हणजे काही निर्वासितांचे अलवार, भरतपूर, भोपाळ इ. ठिकाणी पुनर्वसन करण्यात आले. तर काही निर्वासित कांडला येथे स्थलांतरित होऊन त्यांना गांधीधामच्या उभारणीमध्ये कामगार म्हणून समाविष्ट करून घेण्यात आले. सौराष्ट्रमध्ये असलेल्या २८००० निर्वासितांसाठी नियमित छावण्या नव्हत्या. त्यांनी विविध धर्मशाळा, सरकारी इमारती व दंगलीदरम्यान पाकिस्तानात स्थलांतरित झालेल्या लोकांच्या ओस पडलेल्या घरांमध्ये आश्रय घेतला होता.

ऑगस्ट १९४९ पासून भारत सरकार निर्वासितांना देत असलेल्या मदतीमध्ये हळूहळू कपात करू लागले आणि नोव्हेंबर १९४९ पासून निर्वासितांचा डोल बंद केला. परंतु निराधार स्त्रिया आणि मुले, वृद्ध यांचा डोल मात्र सुरू ठेवला. इ.स.१९४९च्या शेवटी निर्वासितांची संख्या फक्त ४००० होती. त्यांच्यापैकी ७५ टक्के निर्वासितांना सरकारी डोल मिळत होता. काही निर्वासित विंध्य प्रदेशामध्ये स्थलांतरित झाले होते. काही निर्वासितांना मिळणारा डोल हळूहळू बंद झाला. तरीही बहुतेक मदत छावण्या जे निर्वासित कुठेही सामावून घेतले गेले नव्हते, त्यांना आश्रय देत होत्या.

भारतामध्ये विविध ठिकाणी सिंधी लोकांच्या झालेल्या पुनर्वसनामध्ये उल्हासनगर हे प्रमुख ठिकाण होते. ते मुंबईपासून ५८ कि.मी. अंतरावर असून ३००० एकरांवर ते वसले आहे. त्याची क्षमता २ लाख लोकांना सामावून घेण्याची आहे. फाळणीनंतरच्या काळात काही दिवस बहुतांश ६ ते २०च्या दरम्यान सदस्य संख्या असलेली कुटुंबे एक

खोली असलेल्या चाळीमध्ये राहत होती. त्यामुळे सर्वांचेच जगणे खडतर होते. शहरांमध्ये सिंध प्रांतातील विविध खेड्यांमधून आलेल्या निर्वासितांचाच भरणा होता. गांधीधाम मात्र बऱ्यापैकी व्यापाराचे केंद्र होते. 'द सिंधू रिसेटलमेंट कार्पोरेशन लि.' या कंपनीने १७,५०० एकरांवर या शहराची उभारणी केली होती.

उल्हासनगर आणि गांधीधामव्यतिरिक्त कुबेरनगर (अहमदाबाद) व बैरागट (भोपाळ) या सिंधी निर्वासितांच्या कॉलनीज मोठ्या शहरांची उपनगरे म्हणून झपाट्याने उदयास आल्या. बैरागट हे मूलत: महायुद्धातील युद्ध कैद्यांसाठी वसविले होते. तेथील मोकळ्या बराकींमध्ये सिंधी निर्वासितांनी आश्रय घेतला. तर कुबेरनगर अहमदाबादपासून ४ ते ५ मैल अंतरावर विमानतळाजवळ ३०,००० लोकांना सामावून घेऊन, पुढेमागे अहमदाबाद नगरपालिकेच्या हद्दीत सामावून घेण्याच्या उद्देशाने उभारले होते. इ.स.१९५१मध्ये अहमदाबादने ४१,६७५ सिंधी निर्वासितांना आश्रय दिला. त्यांपैकी बहुतेकजण कापड निर्मिती किंवा कापडाच्या व्यापारामध्ये गुंतले होते. बहुतांश सिंधी निर्वासितांनी स्वत:च स्वत:चे पुनर्वसन केले. भारतातून पाकिस्तानमध्ये स्थलांतर केलेल्या मुस्लीम लोकांच्या व पाकिस्तानातून भारतात निर्वासित म्हणून आलेल्या सिंधी लोकांच्या आर्थिक परिस्थितीमध्ये फार मोठी तफावत होती. परिणामत: सिंधी लोक ती आर्थिक तफावत भरून काढू शकले नाहीत. परंतु, साहसीवृत्ती व कठोर परिश्रमांच्या जोरावर त्यांनी कापड व्यापार, किराणा दुकानदारी व इतर किरकोळ व्यवसायांमध्ये जम बसवून; स्थानिक बाजारपेठांमध्ये वर्चस्व प्रस्थापित केले. सर्वसामान्यपणे असे म्हटले जाते की, सिंधी निर्वासित खूप कष्टाळू आहेत. ते कधीही हार मानत नाहीत व प्रतिकूल परिस्थितीमध्येही ते यशस्वी होऊ शकतात, हे त्यांच्या वागण्या-बोलण्यामध्येच दिसून येते. अपरिचित देशात अनाकलनीय परिस्थितीला तोंड द्यावे लागले, तरी ते कधीही निराश झाले नाहीत. त्यांची ही ठाम आणि निश्चयीवृत्ती यशस्वीतेची त्यांना किती भूक आहे याविषयी सर्वकाही सांगून जाते.

सिंधी सण

मानवी इतिहासातील एक प्राचीन संस्कृती असलेल्या सिंधी समाजाला समृद्ध असा एक वेगळा सांस्कृतिक वारसा लाभलेला आहे. सिंधी लोक खूप उत्सवप्रिय आहेत. झुलेलाल या देवतेचा जन्मदिन चेटीचंड हा त्यांचा सर्वांत महत्त्वाचा उत्सव आहे. या व्यतिरिक्त ते अखांडी (अक्षय तृतिया) व तिजरी (तीज) साजरी करतात.

सिंधी भाषेचा अधिकृत दर्जा

जरी सिंधी भाषा विशिष्ट भागामध्ये बोलली जाणारी प्रादेशिक भाषा म्हणून ओळखली जात नसली, तरी सिंधी भाषिक लोकांकडून भारतीय राज्यघटनेच्या आठव्या परिशिष्टामध्ये तिचा समावेश केला जावा म्हणून सातत्याने मागणी होत होती. 'द कमिशनर फॉर लिंग्विस्टिक मायनॉरिटीज' यांनीसुद्धा तशी शिफारस केली. त्यानुसार 'सिंधी भाषेचा भारतीय राज्यघटनेच्या आठव्या परिशिष्टामध्ये समावेश करण्यात येत आहे,' अशी भारत सरकारने ४ नोव्हेंबर १९६६मध्ये घोषणा केली.

४ अहमदनगरच्या सिंधी समाजाचा इतिहास

१९४७ साली झालेल्या हिंदुस्थानच्या फाळणीनंतर ९०% हिंदू-सिंधी पाकिस्तानच्या सिंध प्रांतातून भारतात आले. आजही १०% हिंदू-सिंधी समाज पाकिस्तानमध्ये राहत आहे. हिंदू-सिंधी समाजाबरोबरच हिंदू-पंजाबी समाजसुद्धा पाकिस्तानातील पंजाब प्रांतातून भारतात आला. त्यानंतर भारतात सिंधी समाज संपूर्ण भारतभर विखुरला गेला. महाराष्ट्रात तो मुंबई, कल्याण, उल्हासनगर, पिंपरी, देवळाली कॅम्प (नाशिक) , जळगाव, पाचोरा, चाळीसगाव, मालेगाव, सोलापूरी, नांदेड, अहमदनगर इत्यादी शहरांत स्थायिक झाला. सुरुवातीला त्यांना निर्वासित म्हटले जायचे; परंतु आता ते भारतातील सर्व घटक राज्यांत स्थायिक झालेले आहेत.[१] सुरुवातीला शासनातर्फे शहरातील एका भागात सिंधी समाजातील लोकांना राहण्यासाठी छोटी घरे व बराकी देण्यात आल्या. रेशनसुद्धा शासनातर्फेच पुरविले गेले. कालांतराने त्यांना राहण्यासाठी दिलेल्या जागा, घरे व बराकी त्यांनी विकत घेतल्या. आज अशा अनेक सिंधी वस्त्या महाराष्ट्रातील अनेक शहरात वसल्या आहेत. अहमदनगर शहरांत सिंधी समाज तारकपूर येथील 'सिंधी कॉलनी' येथे राहतो. तसेच तो सध्या शहरातील विविध भागांतही राहत आहे अशी माहिती प्रसिद्ध सिंधी साहित्यिक प्रा. लक्ष्मण हर्दवाणी यांनी दिली.[२]

भारतात स्थलांतर झाल्यानंतर सिंधी समाजाच्या पहिल्या पिढीतील लोकांनी खूप कष्ट घेतले. त्यांनी शहरातील फूटपाथवर कपडे विकले. रेल्वेमध्ये गोळ्या, बिस्किटे विकली, चहाच्या टपऱ्या सुरू केल्या. थोडक्यात, छोटे व टपरीमध्ये चालणारे व्यवसाय, उद्योगधंदे या समाजाने सुरू केले. उद्यमशीलता असल्यामुळे कालांतराने त्यात त्यांना यशही आले. व्यापार-उद्योगांत स्थिरता आल्यानंतर सिंधी समाजातील दानशूर लोकांनी व संस्थांनी शाळा महाविद्यालये सुरू केली. मंदिरे व धर्मशाळा बांधल्या.

अहमदनगरचा सिंधी समाज

अहमदनगर शहरात राहणाऱ्या सिंधी समाजाची लोकसंख्या १६,०७० इतकी आहे.[३] सध्या हा समाज शहरातील तारकपूर भागात 'सिंधी कॉलनी' येथे स्थायिक झालेला आहे. या समाजाला असुरक्षितता वाटते, म्हणून हा समाज शहरात एकाच ठिकाणी वस्ती करून राहतो, हे त्याचे खरे कारण नसून, या समाजाला शासनानेच त्या भागात जागा उपलब्ध करून दिली. आपल्या ऐपतीप्रमाणे त्या जागा सिंधी समाजातील लोकांनी विकत घेतल्या. त्यानंतर हा समाज या ठिकाणी स्थायिक झाला. सिंधी समाजाचा निरीक्षणात्मक अभ्यास करताना हा महत्त्वाचा मुद्दा पुढे आलेला आहे.

शहरात सिंधी समाजाचे वास्तव्य जरी 'सिंधी कॉलनी' येथे असले, तरी व्यापार, उद्योग आणि व्यवसाय हे फक्त सिंधी कॉलनी येथेच एकवटलेले आहेत असे मात्र आढळत नाही. सध्या तो शहरातील इतर भागांतही राहतो. शहरातील कापड बाजार, शहाजी रोड, सर्जेपुरामधील महानगरपालिका व्यापारी संकुल, जीपीओ रोड,चितळे रोड, सुभाष चौक, तेलीखुंट, सावेडी इत्यादी ठिकाणी सिंधी व्यापाऱ्यांनी सुरू केलेली विविध प्रकारची दुकाने आहेत. त्यात प्रामुख्याने कपडे, इलेक्ट्रॉनिक्स, घड्याळे, ऑटोमोबाईल्स, फर्निचर टेलिफोन व मोबाईल, जनरल व डिपार्टमेंटल, किराणा दुकाने मोठ्या प्रमाणावर आहेत.[४] सिंधी व्यवसायिकांनी हॉटेल व्यवसायातही चांगले नाव कमावले आहे.[५] गेल्या १० वर्षांपासून शहरात लॉटरी व्यावसायातसुद्धा सिंधी समाजातील व्यापऱ्यांनी नाव कमावले आहे.[६] उत्पादनाच्या क्षेत्रात शहरातील सिंधी समाजाचे योगदान फाऊंड्री व आइसक्रीम धंद्यात मोठ्या प्रमाणात आहे.[७]

शहराच्या अर्थकारणात येथील जैन-मारवाडी समाजाचे वर्चस्व दिसून आले आहे. त्यानंतर सिंधी समाजाचे वर्चस्व आढळते.[८] ९९% सिंधी समाज नगरच्या व्यापारात स्थिर झाला आहे. शहरात सिंधी समाजातील सुमारे २०% महिला घरगुती (हाऊस होल्ड) धंद्यात आहेत. शिलाईकाम करणे; पापड, वेफर्स, लोणची, टिक्कीसारखे खाद्यपदार्थ तयार करून स्थानिक बाजारपेठेत ते विकले जातात.[९] तसेच यावर्षी (२०१६) अहमदनगर येथील 'थापर फूड प्रॉडक्ट' ने महाराष्ट्रातील अनेक ठिकाणी फरसाण, दालमोट, स्पेशल पोहा चिवडा, मसाला शेव यांचे दर्जेदार उत्पादन संपूर्ण महाराष्ट्रात पोहोवले आहे. यासाठी अहमदनगर शहरात थापर बंधू यांनी सुमारे २० कोटी रुपयांची गुंतवणूक केली आहे. त्याचबरोबर समाजातील काही महिलांनी चालविलेली चांगल्या प्रकारची ब्युटी पार्लर्स शहरात आहेत.[१०]

सिंधू पतसंस्थेचे भरीव स्वरूपाचे कार्य शहरात दिसून येते. पतसंस्थेचे अध्यक्ष लालूशेठ मध्यान व संचालक सी. एल. मध्यान यांनी पतसंस्थेच्या स्थापनेची आवश्यकता

स्पष्ट केली. शहरातील इतर समाजातील लोकही या पतसंस्थेचे लाभार्थी आहेत.[११]

अहमदनगर महानगरपालिका स्थापनेनंतर शहरात जकात लागू करू नये म्हणून वेळोवेळी या समाजातील व्यापाऱ्यांनी आंदोलने केली. त्याचे नेतृत्व समाजातील लालूशेठ मध्यान यांनी केले. जकात सुरू झाल्यावर नगरचा व्यापार कसा कमी होईल याबद्दल वेळोवेळी त्यांनी अभ्यासपूर्ण व्याख्याने दिली.[१२]

अहमदनगरच्या समाजकारणातही हा समाज सध्या सहभागी होताना दिसत आहे. 'सिंधी सोशल संस्थे'च्या स्थापनेनंतरचे कार्य पाहिल्यावर त्याची प्रचिती येते.[१३] पूर्वी नगरपरिषदेत व सध्या महानगरपालिकेच्या निवडणुकीच्या राजकारणात हा समाज सहभागी झाला आहे. सिंधी समाजातील मतदारांनी ठरवून काही नगरसेवक निवडून आणून, नगरच्या स्थानिक राजकारणात आपली ताकद दाखविली आहे. मात्र, गेल्या काही वर्षांमध्ये विविध राजकीय पक्षांचा स्थानिक पातळीवरील राजकारणात सहभाग वाढल्यानंतर मात्र सिंधी समाजातील मतदारांची विविध राजकीय पक्षांमध्ये विभागणी झालेली आहे. त्यामुळे २००३ साली झालेल्या महानगरपालिकेच्या निवडणुकीत सिंधी समाजातील उमेदवारांना दोन ठिकाणी पराभव पत्करावा लागला.

नगरमधील सिंधी समाज हा सहिष्णू वृत्तीचा आहे. इतर समाजाबरोबरचे त्यांचे संबंध खूपच चांगले आहेत. गोडीने वागणारा म्हणूनही त्यांची ओळख आहे आणि म्हणूनच व्यापारात त्यांना चांगल्या प्रकारे स्थिरता प्राप्त करता आली. आपल्या हक्कांविषयी हा समाज जागरूक आहे. परंतु या समाजातील लोक 'भाषिक अल्पसंख्याक' म्हणून सरकारकडून फायदा मागणारे नाहीत, असे या समाजातील जाणकारांचे मत आहे.[१४] सिंधी समाजाला अल्पसंख्याक समाज म्हणून मान्यता द्यायला हवी; परंतु अल्पसंख्याकांना मिळणारे शासकीय फायदे आम्हाला द्या, म्हणून आमचा समाज आंदोलन करणार नाही किंवा मोर्चे काढून शासनावर दबाव आणणार नाही असे या समाजातील काही तज्ज्ञांचे मत आहे. या प्रश्नाबाबत शासनाकडे नगर येथील समाजाने कसल्याही सवलती मागितल्या नाहीत.[१५] परंतु २००५ साली भारताच्या राष्ट्रगीतातून 'सिंध' शब्द वगळण्याची कुणकुण या समाजाला लागल्यावर नगरचा सिंधी समाज खडबडून जागा झाला. त्या वेळी विविध सिंधी संस्थांनी एकत्र येऊन, सनदशीर मार्गाने मोर्चे काढून आंदोलन केले व आपल्या सहिष्णू वृत्तीची, एकजुटीची ताकद नगरकरांना दाखविली.[१६] नगरच्या 'सिंधी शिक्षा व साहित्य संगत', 'सिंधी सखी संगत', 'सिंधी कॉलनी पंचायत', 'सिंधी सोशल संस्था', 'सिंधी नागरी पतसंस्था', 'सिंधी युवा मंच', 'गुरुकृपा ट्रस्ट' या संस्थांनी याबाबतचे निवेदन शासनाकडे दिले. त्यात त्यांनी म्हटले की, फाळणीपूर्वी रवींद्रनाथ टागोरांनी राष्ट्रगीत लिहिताना 'सिंध' हा शब्द प्रांत म्हणून नव्हे, तर सिंध प्राचीन संस्कृती म्हणून

उल्लेख केला आहे. तसेच 'सिंध' शब्दाची जाणीव 'सिंधू' नदीवरून झाली आहे. नगरच्या सिंधी समाजातील लालूशेठ मध्यान, दौलतराम बालानी, दामोदर बठेजा, किसन पंजवानी, हारुमल हिरानंदानी , बन्सी आसनानी, आनंद कृष्णानी, श्रीचंद सचदेव, जयकुमार खुबचंदानी, ठाकूर नवलानी, दामोधर बजाज, प्रा. सी. एल. मध्यान, जी. आर. मध्यान, एन. सी. गुरूनानी, श्रीचंद तलरेजा, जयराम गाबरा, शेराशेठ कुकरेजा, पुरुषोत्तम कुकरेजा, हरजितसिंग वधवा, अनिल सबलोक इ. सिंधी समाज बांधवांनी या प्रश्नाचे गांभीर्य ओळखून, समयसूचित आंदोलन केले.

मंदिरे

अहमदनगर शहरामध्ये तारकपूर येथे एक झुलेलाल मंदिर आहे. दुसरे एक झुलेलाल मंदिर-लाल साई मंदिर (वैयक्तिक) गुलमोहोर रस्त्यावरील श्री. दर्डा यांच्या बंगल्यामध्ये आहे. सर्व सिंधी समाज 'झुलेलाल' या वरुण देवतेचे पूजन करतो. यालाच कुलदैवत मानले जाते. पावसाळ्यात गणपती उत्सवाच्या अगोदर 'चालीहो उत्सव' मोठ्या प्रमाणात साजरा केला जातो. मनोभावे सिंधी समाजातील सर्व जण झुलेलालची पूजा करतात.

हिंदू धर्माप्रमाणेच इतर देवदेवतांची पूजा या समाजातील लोक करतात. मोठ्या प्रमाणात देवीची पूजा होते. घराघरांत वैष्णवदेवीची पूजा केली जाते. त्याचबरोबर विष्णू, शंकर, कृष्ण, राम, हनुमान व सिंधी संतांची पूजा मोठ्या प्रमाणात केली जाते. गुढीपाडव्याच्या दुसऱ्या दिवशी 'चेटी चंड' नावाचा मोठा धार्मिक कार्यक्रम 'सिंधी कॉलनी पंचायत' द्वारे आयोजित केला जातो. या कार्यक्रमाला सर्व सिंधी समाज उपस्थित असतो. त्यानिमित्ताने विद्यार्थी व महिलांसाठी विविध प्रकारच्या स्पर्धा घेतल्या जातात. 'सिंधी युवा मंचाद्वारे रक्त व हिमोग्लोबीन तपासणी, हृदयरोग, मधुमेह व रक्तदाब तपासणीसारखे आरोग्यविषयक कार्यक्रमही घेतले जातात.[१७]

धर्मशाळा

वर्गणीतून आणि समाजातील काही दानशूरांनी एकत्र येऊन शहरात धर्मशाळा बांधल्या आहेत. तारकपूर येथे 'राधाकिशन मध्यान धर्मशाळा' आहे. तसेच माळीवाड्यात 'भोजवाणी हॉल' (मंगलकार्यालय) आहे. भूतकरवाडी येथे सुसज्ज असे 'सिंधू मंगल कार्यालय' आहे. त्याचा उपयोग समाजात होणाऱ्या विविध धार्मिक, सांस्कृतिक, शैक्षणिक, सामाजिक कार्यक्रमांसाठी होतो. महत्त्वाचे म्हणजे ही कार्यालये शहरातील इतर समाजातील लोकांच्या धार्मिक कार्यक्रमाला अनेकदा उपलब्ध करून दिली जातात.[१८]

सिंधी संत

सिंधी समाजाच्या जडणघडणीत सिंधी संतांना अत्यंत आदराचे स्थान आहे. सद्गुरू स्वामी सर्वानंद महाराज, शांती प्रकाश महाराज, हरिदासराम महाराज, जीवनयुक्त महाराज व भगतप्रकाशजी महाराज यांचे कार्य व शिकवण समाजातील सर्वांना खूपच प्रेरणादायी वाटते. शांतीप्रकाश महाराजांचा जन्मशताब्दी उत्सव शहरात एप्रिल २००७मध्ये स्वामी टेऊँराम मंदिरात मोठ्या प्रमाणात साजरा केला. तसेच जळगावचे सिंधी राष्ट्रसंत गोधडीवाले बाबा ऊर्फ बाबा हरदासराम यांचे जन्मशताब्दी वर्ष नगरला सिंधी कॉलनी येथे 'संत गोधडीवाला धाम' या ठिकाणी २००५ ला मोठ्या श्रद्धेने व आनंदाने साजरे केले.[१९] फाळणीनंतर असंख्य हिंदू-सिंधी भारतात आले. त्या वेळी सिंधी संतांच्या रूपाने, विचाराने सिंधी समाजाला फार मोठा आधार मिळाला.[२०] प्राणिमात्रांची सेवा करावी हा उपदेश त्यांनी केला व अध्यात्माची अखंड ज्योत त्यांनी तेवत ठेवली. त्यांच्या प्रेरणेने भारतात अनेक ठिकाणी धाम किंवा सेवामंडळे स्थापन झाली. नि:स्वार्थी वृत्तीने मानवसेवा करणारी ही मंडळे सिंधी समाजाचे भूषण आहेत. तेथे अखंडपणे लंगर चालू आहेत. वृद्धाश्रम, विधवाश्रम, गोशाळा, सामुदायिक विवाह, वधू-वर मेळावे, सामुदायिक मुंज, समाजातील गरिबांना आर्थिक मदत, सर्व रोग-निदान शिबिरे व सांस्कृतिक कार्यक्रम पाहिले की, सिंधी समाजाची प्रामाणिक सेवावृत्ती निश्चितच दिसून येते.[२१]

राष्ट्रसंत गोधडीवाले बाबा

संत हा भारतीय समाजात आदर्श पुरुष मानला गेला आहे. प्रत्येक देशामध्ये संत वा सत्पुरुष निर्माण होतात. महाराष्ट्राप्रमाणे सिंध प्रांतदेखील संतांची भूमी मानली जाते. सिंधमध्ये अनेक आत्मसाक्षात्कारी संत होऊन गेले आहेत. त्यांपैकी एक महान संत म्हणजे 'गोधडीवाले बाबा' ऊर्फ बाबा हरदासराम. महाराष्ट्रातील जळगाव शहर ही त्यांची कर्मभूमी होती, म्हणून ते 'जळगावचे संत' या नावानेही प्रसिद्ध आहेत.

परमेश्वरस्वरूप मानले गेलेले संत बाबा हरदासराम यांचा जन्म ५ डिसेंबर १९०४ या दिवशी झाला. सिंधमधील 'हालाणी-भेलाणी' नावाचे छोटेसे गाव ही त्यांची जन्मभूमी. वडिलांचे नाव साबूराम भागवाणी. आईचे नाव रिजकांबाई. हरदासरामचे थोरले बंधू नारायणदास यांचा त्यांच्यावर फार जीव. हरदासराम पुढे मोठे संत होतील, असे त्यांचे भाकीत. बाबा लहानपणापासूनच शांत स्वभावाचे होते. १९२१ साली ते मॅट्रिकची परीक्षा उत्तीर्ण झाले. घरची आर्थिक परिस्थिती बेताची असल्यामुळे त्यांनी १९२४मध्ये एका खेडेगावात प्राथमिक शिक्षकाची नोकरी पत्करली. पुढे त्यांना काहीशी उपरती झाली आणि ते परमार्थाकडे वळले. मंदिरात जाऊ लागले आणि संतजन व सामान्य दु:खी जनांची सेवा करू लागले.

१९२२मध्ये बाबा हरदासराम यांची सिंधचे त्या काळी लोकप्रिय असलेले कीर्तनकार संत कंवरराम यांच्याशी ओळख झाला. पुढे त्यांचे गुरु-शिष्याचे संबंध दृढ झाले. वयाच्या विसाव्या वर्षी त्यांनी गृहत्याग केला. संत कंवरराम यांच्या कृपेने हरदासराम यांचे जीवन पार बदलून गेले. मानवसेवा व भूतदया या गोष्टी त्यांच्या जीवनाच्या उद्दिष्ट झाल्या. देवळात जाऊन सेवा करण्यात त्यांना अलौकिक आनंद मिळू लागला. संतांची सेवा ही साक्षात परमेश्वराची सेवा आहे, किंबहुना सर्व प्राणिमात्रांची सेवादेखील ईश्वराची सेवा आहे, असे मानणाऱ्या बाबांनी त्या कार्यात स्वत:ला वाहून घेतले. 'कबीरा सोई पीर है, जो जाने पर पीर' हे कथन सार्थ करणारे बाबा हरदासराम यांचे जीवन सद्गुरू कंवरराम साहिब यांच्या आशीर्वादाने पार बदलून गेले. जणू काय त्यांच्यात दैवी शक्तीचा संचार होऊन ते परोपकारी संत झाले. सद्गुरूंनी आज्ञा केली, 'आता तू समाजात राहून कीर्तन कर, भजन कर, नाममहिमा सांग.' आणि मग बाबा हरदासराम आपल्या खांद्यावर गोधडी ठेवून निघाले. आपल्या कार्यात मग्न झाले. खऱ्या अर्थाने सामान्यजनांचे सेवक झाले.

१९४७ साली देशाची फाळणी झाली. असंख्य हिंदू-सिंधी भारतात आले. बाबा हरदासराम मात्र १९५३ साली भारतात आले. आधी अमरावती व नंतर जळगाव ही त्यांची कर्मभूमी झाली. बाबांच्या रूपाने सिंधी समाजाला फार मोठा आधार मिळाला. बाबांनीदेखील प्राणिमात्रांची सेवा आणि अध्यात्माची अखंड ज्योत तेवत ठेवली. दु:खितांची दु:खे दूर करणे त्यांच्या जीवनाचा अविभाज्य घटक बनला. त्यांनी असंख्य लोकांचे कल्याण केले. नामस्मरण व अंत:करणाची शुद्धी या दोन गोष्टींवर त्यांनी भर दिला. मन:शांतीसाठी या दोन गोष्टी महत्त्वाच्या मानून सामान्य लोकांत त्यांचा प्रचार - प्रसार केला. आपल्या ७३ वर्षांच्या आयुष्यात ते भारतभर हिंडून आपले सेवाकार्य करीत राहिले. भारतात त्यांनी अनेक ठिकाणी 'धाम' किंवा 'सेवा मंडळे' स्थापन केली. १८ ऑक्टोबर १९७७ या दिवशी सकाळी बाबा ब्रह्मलीन झाले.

बाबा हरदासराम यांच्या निधनानंतर त्यांचे परमशिष्य बाबा गेलाराम साहेब यांनी त्यांच्या कार्याची धुरा आपल्या खांद्यावर घेतली. त्यांनी बाबा हरदासराम यांच्या कार्याची व्याप्ती खूप वाढविली. त्यांच्या प्रयत्नाने आज देशभरात ४४ सेवा मंडळे आहेत आणि अजूनही काही ठिकाणी निर्माण होण्याच्या मार्गावर आहेत.

नि:स्वार्थ वृत्तीने मानवसेवा करणारी ही सेवा मंडळे सिंधी समाजाचे भूषण आहेत. तेथे अखंड चालणारे लंगर, वृद्धाश्रम, विधवा आश्रम, गोशाळा, सामुदायिक विवाह आयोजन, गरिबांना आर्थिक साहाय्य, सामुदायिक मुंज इ. कार्ये पाहिली की, माणूस थक्क होतो. बाबा हरदासराम यांच्या गादीवर असणारे बाबा गेलाराम साहेब हेदेखील अत्यंत विनम्र, अबोल आणि निरंतर नामात मग्न असतात.

२०१६मध्ये सिंधी कॉलनी तारकपूर येथील 'गोधडीवाले सेवाधाम तर्फे ब्रह्मलीन' संत बाबा गेलाराम साहबजी यांच्या जन्मोत्सवाचे आयोजन करण्यात आले होते. याप्रसंगी बिंद्रादेवी व अम्मा मीरा देवी आणि जळगाव येथील 'गोधडीवाला धाम' येथील अनेक संत उपस्थित राहिले.[२२]

पंथ

अहमदनगर शहरात साधारणपणे १० ते १२ पंथ अस्तित्वात आहेत. शहरातील सिंधी समाज विविध पंथांमध्ये विभागलेला आहे. शहरात राहणारा इतर समाजसुद्धा या पंथांच्या कार्यक्रमांना जातो. परंतु त्यात सिंधी समाजाचा सहभाग मोठ्या प्रमाणात आहे. अलीकडे ज्या पंथात भक्तीमार्ग चांगले वाटतात, तेथे सिंधी समाजातील लोक जाताना दिसतात. 'निरंकारी पंथ', 'राधास्वामी पंथ', 'आनंदपुरी पंथ', 'आसाराम बापू पंथ', 'दादालक्ष्मी पंथ', 'शांती प्रकाश पंथ', 'प्रजापती ब्रह्माकुमारी (माऊंट अबू) पंथ', 'गुरूनानक पंथ', 'साधू वास्वानी पंथ', 'लिलाशाह पंथ' हे ते पंथ आहेत.[२३]

अहमदनगर शहरातील 'निरंकारी', 'राधास्वामी' व 'आनंदपुरी' पंथांचे गुरू पंजाबी असून त्यामध्ये शहरातील सिंधी समाजातील लोकांचा सहभाग मोठ्या प्रमाणात आहे. इतर पंथांमध्येही जाणारे सिंधी नागरिक नगरमध्ये आहेत. 'साधू वास्वानी' व 'लिलाशाह' पंथांमध्ये जाणारे सिंधी समाजातील नागरिक मात्र शहरात संख्येने खूपच कमी आहेत.

या पंथांचे वर्षभर विविध प्रकारचे कार्यक्रम होतात. त्यात प्रामुख्याने सत्संग व कीर्तन यांवर जास्त भर असतो. दर बुधवारी आणि रविवारी विविध पंथांच्या होणाऱ्या सत्संग व कीर्तन कार्यक्रमाला शहरातील सिंधी समाजातील नागरिक मोठ्या प्रमाणावर उपस्थित राहतात.[२४]

काही वर्षांपूर्वी अहमदनगर शहरामध्ये गुरूनानक पंथाचा जास्त प्रभाव होता असे सिंधी समाजातील वयस्कर लोक सांगतात. आज मात्र या पंथामध्ये सिंधी समाजातील लोक जास्त आढळत नाहीत. शहरातील पंजाबी समाजात मात्र या पंथाचा प्रभाव आजही जास्त आहे. सध्या अहमदनगर शहरामध्ये फक्त माळीवाडा, भूतकरवाडी, तारकपूर या ठिकाणीच 'टिकाणू' (टेऊँराम मंदिरे) आहेत. तेथे सिंधी समाजातील लोक कमी प्रमाणात जाताना दिसतात. शहरात विविध पंथांची निर्मिती आणि त्यात सिंधी समाजाचे विभाजन हे त्यामागचे एकमेव कारण आहे.[२५]

जाती व पोटजाती

सिंधी समाजात जातिभेद आणि वर्गभेद नाही असे मत समाजातील अनेक जाणकारांनी व्यक्त केले, त्यामुळे समाजात पोटजाती आढळत नाहीत. सिंधी समाजातील

काही व्यापारी सोन्याचांदीचा (सराफ) व पादत्राणांचा व्यवसाय करतात. परंतु ती एक जात नाही. समाजातील सर्वांबरोबर रोटी-बेटी व्यवहार होतात. सिंधी समाजात कनिष्ठ-वरिष्ठ असा भेदभाव पाळला जात नाही. याचे मुख्य कारण त्यांच्या व्यवसायातच आहे. ९९% लोक व्यापार व्यवसायात गुंतले असल्यामुळे जातिभेदाचा विचार त्यांच्या मनात येत नाही.

शहराच्या सर्व विभागातील पंचायतींची एक 'सिंधी जनरल पंचायत' आहे. त्याचे अध्यक्ष लालूशेठ मध्यान आहेत. इतर पंचायत कार्यकारी मंडळात 'सिंधी कॉलनी' आणि 'माळीवाडा पंचायत' कार्यकारी मंडळे आहेत. त्यात माजी नगरसेवक दामोदर बठेजा, अमरलाल वाधवाणी, श्रीचंद सचदेव, रमेश तनवाणी, रुपचंद्र मोटवाणी, मानकराम मटलाई, वासुदेव काल्लवाणी यांचा समावेश आहे. ही मंडळे सिंधी जनरल पंचायतीच्या सल्ल्याने चेटीचंड, चलिहो उत्सव आणि इतर उत्सवांच्या कार्यक्रमांचे स्वरूप ठरवतात आणि त्यानुसार कृती करतात.[२६]

सिंधी सोशल संस्था

सिंधी समाजातील समाजकार्य करण्याची इच्छा असणाऱ्या तळमळीच्या कार्यकर्त्यांनी एकत्र येऊन २३-२-२००३ या दिवशी अहमदनगरला 'सिंधी सोशल संस्था' स्थापन केली. आनंद कृष्णानी हे या संस्थेचे अध्यक्ष आहेत. कार्यकारी समितीमध्ये सुरेश हिरानंदाणी, भगवानदास मोतीयाणी, पीतांबर पुरस्वाणी, ठाकूरदास नवलाणी, जयराम गाबरा, महेश मध्यान, राणा कीर्ताणी, जयराम खूबचंदानी, रूपचंद मोटवाणी, राजेश सचदेव, ताराचंद पोपटाणी हे सिंधी समाजातील कार्यकर्ते आहेत. या संस्थेचे कार्यालय महात्मा गांधी रोडवर आहे. सामाजिक कार्य करणे हे महत्त्वाचे उद्दिष्ट या संस्थेने बाळगले आहे. आत्तापर्यंत या संस्थेने शहरात विविध प्रकारचे कार्यक्रम आयोजित केले. त्यामध्ये वधू-वर परिचय मेळावे, नगरमधील सर्व नागरिकांसाठी सर्वरोग निदान, रक्तदान शिबिरे, सिंधी समाजातील गुणवंत विद्यार्थ्यांचे सत्कार इत्यादी कार्यक्रम घेतले.[२७] तसेच सिंधी समाजातील सर्वांना सिंधी भाषेची आवड निर्माण व्हावी, म्हणून गेल्या चार-पाच वर्षांपासून नगरमध्ये सिंधी नाटके, सिनेमा, नृत्याचे कार्यक्रम आणले जातात. या कार्यक्रमांसाठी समाजातील युवक, युवती आणि महिला यांची प्रचंड गर्दी होते. त्यातून सिंधी भाषेचा निश्चित प्रसार होईल असे आयोजकांना वाटते.[२८]

सिंधी भाषा व साहित्य

नगरला सध्या सिंधी भाषेचे जतन व्हावे म्हणून हा समाज विविध कार्यक्रमांना प्रोत्साहन देत असल्याचे चित्र एका बाजूला आहे आणि आज एकही सिंधी माध्यमाची

स्वतंत्र शाळा नगरला नाही, हे चित्र दुसऱ्या बाजूला आहे. अहमदनगर नगरपालिकेने १९४८ ला पहिली सिंधी शाळा सुरू केली. त्या शाळेत स्थलांतरित झालेल्या अनेक सिंधी समाजातील विद्यार्थ्यांना प्राथमिक शिक्षण मिळाले. कालांतराने शहरातील सर्जेपुरा भागात सिंधी माध्यमिक शाळा सुरू झाली. तेथे बऱ्याच सिंधी विद्यार्थ्यांनी माध्यमिक शिक्षण घेतले. त्यानंतर काही वर्षांतच तारकपूरमधील 'सिंधी कॉलनी' येथे सिंधी माध्यमातील आठवी ते अकरावीपर्यंत 'सिंधी हायस्कूल' सुरू झाले. परंतु याच शाळेच्या इमारतीमध्ये दुपारी इंग्रजी माध्यमाची शाळा सुरू झाली. हळूहळू सिंधी माध्यमाची शाळा बंद पडून, सिंधी पालक आपल्या पाल्यांना इंग्रजी माध्यमाच्या शाळेत पाठवू लागले. सध्या सिंधी हायस्कूलऐवजी 'विवेकानंद इंग्लिश मीडिअम स्कूल' झाले आहे. शाळेचे व्यवस्थापन, शिक्षक, विद्यार्थी मोठ्या प्रमाणात सिंधी समाजातील आहेत. सर्व शिक्षण सिंधी मातृभाषेतून न दिल्यामुळे, नव्या पिढीमध्ये सिंधी भाषेबद्दल गोडी निर्माण होत नाही; अशी खंत प्रा. लछमण हर्दवाणी यांनी व्यक्त केली. परंतु शाळेत इंग्रजी माध्यम असले तरीही इच्छुक विद्यार्थ्यांनी 'सिंधी' ही दुसरी भाषा (Second Language) ऐच्छिक म्हणून घ्यावी असा प्रयत्न केला जातो असे शाळा व्यवस्थापनाचे मत आहे. सिंधी भाषेत उच्च शिक्षण नसल्यामुळे पालकांचा इंग्रजी माध्यमावर मोठ्या प्रमाणात भर आहे. त्यामुळेही शाळेत सिंधी विद्यार्थी सिंधी माध्यमात शिक्षण घेत नाहीत, हे एक त्या मागचे कारण व्यक्त केले जाते.[२९]

गेल्या पाच-सहा वर्षांपासून शहरात 'सिंधी शिक्षा व साहित्य संघटने'तर्फे दर वर्षी दहा एप्रिलला 'सिंधी दिवस' साजरा केला जातो. भारत सरकारने १९६७ साली दहा एप्रिलला सिंधी भाषेला मान्यता दिली. या संस्थेतर्फे सिंधी भाषेचा प्रसार व्हावा म्हणून, 'सिंधी भाषा बोला - लिहा - वाचा' असे आवाहन करण्यात येते.[३०]

सिंधी साहित्य

अहमदनगर महाविद्यालयातील हिंदी विषयाचे सेवानिवृत्त प्रा. लछमण परसराम हर्दवाणी यांनी सिंधी भाषा व साहित्य जतन करण्यासाठी राष्ट्रीय व राज्यपातळीवर भरीव स्वरूपाचे कार्य केले आहे. सध्या त्यांची सिंधी, हिंदी व मराठी भाषेत ३५ पुस्तके प्रकाशित झालेली आहेत. प्रामुख्याने त्यांचे लिखाण विविध शब्दकोशांबाबतचे आहे. मराठीतून सिंधीत, सिंधीतून मराठीत, हिंदीतून सिंधीत आणि मराठीतून हिंदी भाषेत भाषांतराचे प्रचंड काम डॉ. हर्दवाणी यांनी केले. त्यांनी काही पुस्तकांचे संपादनही केले आहे. सिंधी साहित्यिक म्हणून त्यांचे योगदान देशात आणि महाराष्ट्रात निश्चितच मोठे आहे.[३१]

त्यांनी मराठी - सिंधी, सिंधी-मराठी शब्दकोश लिहिले. त्याचबरोबर मनाचे श्लोक,

ज्ञानेश्वरी, तुकाराम गाथा, दासबोध या मराठी ग्रंथ व पुस्तकांचे देवनागरी सिंधी लिपीमध्ये भाषांतर करण्याचे प्रचंड काम केले आहे. त्याबद्दल त्यांना १९९२ साली साहित्य अकादमीचा अनुवादासाठी पुरस्कार मिळाला. १९९६ साली 'प्रियदर्शनी पुरस्कार', २००४ साली 'ऐतिहासिक वस्तुसंग्रहालयाचा पुरस्कार' आणि २००५ साली शहरातील 'नगर - सावेडी' पुरस्काराने सन्मानित केले आहे.[३२]

संदर्भ व टिपा

१. मुलाखत, श्री. जयराम थडाणी, माजी ब्रँच मॅनेजर, स्टेट बँक ऑफ इंडिया, राहुरी विद्यापीठ, राहुरी, अहमदनगर.

२. मुलाखत, प्रा. एल. पी. हर्दवाणी, सिंधी साहित्याचे अभ्यासक, अहमदनगर.

३. प्रा. एल. पी. हर्दवाणी, अहमदनगर यांचेबरोबर चर्चा, दिनांक ५-४-२०१०.

४. मुलाखत, श्री. जयकुमार खुबचंदानी, फर्निचरचे व्यापारी आणि नवलानी लक्ष्मणदास, सिंधी उद्योगपती, अहमदनगर.

५. चर्चा, हरीरभाई खुबचंदानी, बांधकाम व्यावसायिक, अहमदनगर.

६. मुलाखत, श्री. गोविंद तलरेजा, लॉटरी डिलर, अहमदनगर.

७. चर्चा, श्री. नवलानी, लक्ष्मणदास, सिंधी उद्योगपती, अहमदनगर, दि. २५-३-२०११

८. 'पारीवारीक डिरेक्टरी ऑफ सिंधी कम्युनिटी', अहमदनगर सिटी, 'टेऊंराम मंदिर ट्रस्ट', अहमदनगर.

९. मुलाखत, श्री. जयकुमार, खुबचंदानी, व्यापारी, अहमदनगर.

१०. मुलाखत, प्रा. सी. एल. मध्यान, डायरेक्टर, 'सिंधू क्रेडिट सोसायटी', अहमदनगर, दि. १-४-२०१२.

११. स्थानिक वृत्तपत्रात प्रसिद्ध झालेल्या बातम्या.

१२. मुलाखत, श्री. दामोधर बठेजा, पक्षाचे नेते, अहमदनगर, दि. २६-१२-२०१२.

१३. मुलाखत, श्री. ठाकूर नवलानी, राजकीय पक्षाचे नेते, अहमदनगर.

१४. चर्चा, प्रा. एल. पी. हर्दवाणी, अहमदनगर.

१५. चर्चा, श्री. जयराम थडाणी, राहुरी, जि. अहमदनगर, दि. ७-४-२०११.

१६. मुलाखत, श्री. शंकर अंदाणी, चार्टर्ड अकाऊंटंट, अहमदनगर.

१७. कार्यक्रम पत्रिका, चेटीचंद (गुढीपाडवा) आनंद महोत्सव, अहमदनगर, वर्ष २०१०

१८. श्री. श्रीचंद तलरेजा यांनी 'टेऊंराम मंदिर ट्रस्ट'च्या वतीने जाहीर केलेले प्रसिद्धीपत्रक, दि. ६-४-२००७.
१९. राष्ट्रसंत गोधडीवाले बाबा यांच्यावर स्थानिक वृत्तपत्रात प्रकाशित केलेला लेख, दि. २७-३-२००५
२०. सकाळ वृत्तपत्रातील गोधडीवाले बाबावर प्रकाशित झालेले लेख.
२१. चर्चा, प्रा. सी. एल. मध्यान, चार्टर्ड अकाऊंटंट, अहमदनगर
२२. राष्ट्रसंत गोधडीवाले बाबा यांच्यावर प्रा. एल. पी. हर्दवाणी यांचा लोकमत या वृत्तपत्रात प्रसिद्ध झालेला लेख.
२३. मुलाखत, श्री आनंद कृष्णानी, अध्यक्ष, 'सिंधी सोशल संस्था', अहमदनगर, दि. १४-४-२००९.
२४. प्रा. एल. पी. हर्दवाणी यांच्याबरोबरील चर्चा, अहमदनगर, २७-८-२०१३
२५. चर्चा, श्री. श्रीचंद तलरेजा, ट्रस्टी, 'टेऊंराम मंदिर ट्रस्ट', माळीवाडा, अहमदनगर.
२६. मुलाखत, श्री. मनोहर गाब्रा, गुरू फर्निचर, अहमदनगर, दि. १-५-२०१०.
२७. मुलाखत, श्री. लालूशेठ मध्यान, अध्यक्ष, 'सिंधी जनरल पंचायत', अहमदनगर, दि. ३०-४-२००७.
२८. स्थानिक वृत्तपत्रातील प्रसिद्ध लेख.
२९. चर्चा, श्री. आनंद कृष्णानी, अध्यक्ष, 'सिंधी सोशल संस्था', अहमदनगर, दि. १४-४-२०१२
३०. चर्चा, विजयकुमार खुबचंदानी, व्यापारी, अहमदनगर.
३१. प्रा. एल. पी. हर्दवाणी यांची प्रकाशित पुस्तके.
३२. प्रा. एल. पी. हर्दवाणी यांचे प्रकाशित लेख.

५

सिंधी समाज - राजकीय जागृती, राजकीय सहभाग आणि राजकीय सामाजीकरण

अहमदनगर शहरातील सिंधी समाजाच्या राजकीय जागृतीचा अभ्यास करण्यासाठी १०० व्यक्तींचा नमुना निवडला आहे. शंभर व्यक्तींचा नमुना प्रातिनिधिक स्वरूपाचा आहे. कारण तरुण विद्यार्थी (महाविद्यालयात शिकणारे तरुण विद्यार्थी, विद्यार्थिनी), राजकीय पुढारी, सामाजिक नेते, कारखानदार, बिल्डर, लघुउद्योजक, व्यावसायिक (डॉक्टर, आर्किटेक्चर, वकील इ.) शिक्षणाशी संबंधित असणाऱ्या व्यक्ती, सेवा क्षेत्राशी संबंधित व्यक्ती, व्यापारी क्षेत्रातील व्यक्ती, घरकाम करणाऱ्या सर्वसाधारण महिला, सेवा-व्यापारी क्षेत्रातील महिला आणि धार्मिक क्षेत्रातील व्यक्ती यांची निवड नमुन्यामध्ये आली आहे. त्यामुळे निवड नमुना हा सर्वसमावेशक स्वरुपाचा तयार केला. अहमदनगर शहरातील काही निवड सिंधी धार्मिक-राजकीय-सामाजिक नेते, उद्योजक, कारखानदार, व्यावसायिक शिक्षक व सेवा क्षेत्रातील महिला यांच्या मुलाखती घेतल्या. नमुना विविध क्षेत्रांबरोबरच प्रमुख तीन वयोगटातील सिंधी समाजाचे प्रतिनिधित्व करतो. तरुण वयोगट, मध्यम वयोगट, व मध्यमपेक्षा जास्त वयोगट असे तीन स्तर या नमुन्यामध्ये स्पष्टपणे दिसतात. (पाहा. तक्ता क्र. ५.१)

तक्ता. क्र. ५.१ नमुन्याचे वयोगटानुसार वर्गीकरण

अ.क्र.	नमुन्याचा वयोगट	संख्या	टक्केवारी
१)	१४ ते ३४	३४	३४%
२)	३५ ते ४९	३८	३८%
३)	५० पेक्षा जास्त	२८	२८
	एकूण	१००	१००.००

थोडक्यात, सदर नमुना निवडीत १४ ते ३४ वयोगटातील ३४% तरुणांचा समावेश केला आहे.

भारतात तरुणांची संख्या जास्त आहे. भारतातील तरुणांच्या लोकसंख्येशी सुसंगत अशीच सिंधी समाजातील तरुणांच्या नमुन्याशी निवड केली आहे. त्यामुळे तरुण वर्गातील दृष्टिकोन या नमुन्यात आले आहेत. या खेरीज ३५ ते ४९ हा मध्यम वयोगट आहे. या वयोगटातील लोकसंख्या ३८% आहे. भारतात तरुणांबरोबर मध्यम वयोगटातील लोकसंख्या आढळते. त्यामुळे या नमुना पद्धतीत ३८% मध्यम वयोगटातील लोक आहेत. तरुण वयोगट, मध्यम वयोगटाबरोबरच राजकारणात जास्त वयाच्या लोकांना जास्त संमती मिळते. उदा. लालकृष्ण अडवाणी इ. त्यामुळे या नमुन्यात ५० पेक्षा जास्त वयोगटाचे प्रतिनिधित्व स्पष्टपणे दिसणारा नमुना संशोधकाने निवडला आहे. म्हणजेच भारतीय राजकारणाची चौकट व भारतीय राजकारणाच्या चौकटीशी सुसंगत असलेले वयोगट यांचा योग्य मेळ या संशोधन पद्धतीत आला आहे. त्या कारणामुळे अहमदनगर शहरातील सिंधी समाजातील राजकीय जाणीवजागृती, राजकीय सहभाग, राजकीय सामाजीकरण हे दृष्टिकोन संशोधकाला अचूक व योग्य पद्धतीने अभ्यासता आले.

सिंधी समाजाचा हा अभ्यास अहमदनगर शहरातील आहे. पण अहमदनगर शहरातील नमुना भारतातील सर्व सिंधी समाजाचे विश्लेषण करण्यास उपयुक्त ठरतो. त्यामुळे अहमदनगर शहरातील सिंधी समाजापुरता हा अभ्यास ठरत नाही. तर भारतातील सर्व सिंधी समाजाचे राजकारण समजून घेण्यास हा अभ्यास उपयुक्त ठरतो. म्हणून हा निवडलेला नमुना भारतीय सिंधी समाजाच्या राजकारणाची गुण-वैशिष्ट्ये व राजकारणाचे प्रवाह किंवा प्रकार स्पष्टपणे दाखवितो.

राजकीय जाणीवजागृतीचा अभ्यास करताना शिक्षण हा घटक पुढीलप्रमाणे दिसून आला. (पाहा. तक्ता क्र. ५.२)

तक्ता क्र. ५.२ सिंधी समाजातील मुलाखतदारांचे शिक्षणनिहाय वर्गीकरण

अ. क्र.	शैक्षणिक गट	संख्या	टक्केवारी
१)	अशिक्षित	५	५%
२)	प्राथमिक	१७	१७%
३)	माध्यमिक व उच्च माध्यमिक	२८	२८%
४)	पदवी	३२	३२%
५)	पदव्युत्तर	११	११%
६)	व्यावसायिक	७	७%
	एकूण	१००	१००

सिंधी समाजातील मुलाखतदारांचे त्यांच्या शिक्षणानुसार वर्गीकरण केल्यास सर्वांत जास्त म्हणजे ३२% पदवीपर्यंत शिक्षण घेतलेल्या व्यक्ती आहेत. त्यानंतर २८% माध्यमिक व उच्च माध्यमिक तर १७% प्राथमिक शिक्षण घेतलेल्या व्यक्ती आहेत. तर पदव्युत्तर शिक्षण घेतलेल्या ११% तर व्यावसायिक शिक्षण घेतलेल्या ७% व्यक्ती आहेत. तर अशिक्षित व्यक्तींचे प्रमाण अत्यल्प असून केवळ ५% इतके आहे.

कुटुंब, कुटुंबाची जबाबदारी व व्यवसाय हे तीन मुद्दे राजकीय स्वरुपाशी संबंधित आहेत, कारण कुटुंबाची जबाबदारी म्हणजेच सामाजिक बांधिलकीशी संबंध येतो. तसेच व्यवसायाचा संबंध समाजाशी येतो. त्यामुळे कुटुंबात व समाजात वर्तन करताना, ते वर्तन राजकीय स्वरूपाचे ठरते. हा मुद्दा या सर्वेक्षणातून दिसून आला. (पाहा. तक्ता क्र. ५.३)

तक्ता क्र. ५.३ सिंधी समाजातील कुटुंबाची जबाबदारीबाबतची मते

अ. क्र.	कौटुंबिक जबाबदारीचा प्रकार	संख्या	टक्के
१)	घरकाम	१५	१५%
२)	नोकरी	४	४%
३)	व्यवसाय	८१	८१%
४)	शेती	००	००%
	एकूण	१००	१००%

सिंधी समाजातील कुटुंबाची जबाबदारीबाबतची मते अभ्यासली असता असे आढळून आले की, सिंधी समाजामध्ये व्यवसाय करणाऱ्यांचे प्रमाण सर्वांत अधिक आहे. एकूण १०० पैकी ८१ व्यक्ती व्यवसाय करतात. याचाच अर्थ ८१% व्यक्ती व्यवसाय करतात. ८१% व्यक्तींचा व्यवसायाच्या माध्यमातून समाजाशी संबंध आलेला दिसून येतो. कौटुंबिक जबाबदारी म्हणून ते व्यवसायाकडे पाहतात, तर १५% व्यक्ती घरकाम म्हणून कौटुंबिक जबाबदारीकडे पाहतात. नोकरी करणाऱ्यांचे प्रमाण अत्यल्प आहे. केवळ ४% व्यक्ती नोकरी करतात. एकूणच कौटुंबिक जबाबदारीचा व व्यवसायाचा अतिशय जवळचा संबंध असल्याचे त्यावरून दिसून येते.

व्यवसाय हा घटक सिंधी समाजात महत्त्वाचा मानला जातो. व्यवसाय स्थिर करण्यासाठी राजकीय वर्तन करावे लागते. कारण व्यवसायात संरक्षण मिळवावे लागते. सिंधी समाजातील व्यवसायाचे स्वरूप राजकारणाशी संबंधित आहे. (पाहा. तक्ता क्र. ५.४)

तक्ता क्र. ५.४   व्यवसायाचे वर्गीकरण

अ.क्र.	व्यवसायाचा प्रकार	संख्या	टक्के
१)	दुकानदारी	६१	६१%
२)	कारखानदारी	०८	०८%
३)	नोकरी	०४	४%
४)	घरकाम	१५	१५%
५)	बिल्डर	०१	०१%
६)	डॉक्टर	०१	०१%
७)	सेवाक्षेत्र	०६	०६%
८)	मुलाखत दिली नाही.	०४	०४%
	एकूण	१००	१००%

मुलाखत देणाऱ्या व्यक्तीचे त्याच्या व्यवसायानुसार वर्गीकरण केल्यास ६१% व्यक्ती दुकानदारी करतात. घरकाम १५%, त्यानंतर कारखानदारी ८%, नोकरी ४%, सेवा क्षेत्रामध्ये ६% तर डॉक्टर व बिल्डर प्रत्येकी १% टक्का व्यक्ती आहेत.

सिंधी समाजात राजकीय सामाजीकरण करणारा व राजकीय जाणीव जागृत करणारा वृत्तपत्र हा एक घटक दिसून आला. सिंधी समाजाचा वृत्तपत्रांशी ८३% टक्के संबंध येतो. वृत्तपत्र हे माहिती मिळविण्याचे एक महत्त्वाचे साधन सिंधी समाज समजतो. त्यामुळे सिंधी समाजाला त्यांच्या सभोवताली घडणाऱ्या राजकीय घटना व राजकीय उलाढालींची बारीक-सारीक माहिती असते. राजकीय बदलाच्या माहितीमुळे सिंधी समाज निर्णय-निश्चिती लवकर करतो असे दिसून येते. सिंधी समाजाचा वृत्तपत्र या साधनाशी आलेला संबंध पुढीलप्रमाणे आहे. (पाहा. तक्ता ५.५)

तक्ता क्र. ५.५   सिंधी समाजाचे वृत्तपत्राशी आलेल्या संबंधाचे वर्गीकरण

अ.क्र.	वृत्तपत्र वाचक / न वाचक	संख्या	टक्केवारी
१)	वृत्तपत्र वाचक	८३	८३%
२)	वृत्तपत्रे न वाचणारे	१७	१७%
	एकूण	१००	१००%

वृत्तपत्र वाचण्याबरोबरच सिंधी समाज टी. व्ही. वरील कार्यक्रमही पाहतो. त्यामुळे

सिंधी समाजाच्या राजकीय सामाजीकरणाचे टी. व्ही. हे एक माध्यम आहे. सिंधी समाजाचा टी. व्ही. या राजकीय सामाजीकरणाच्या साधनाशी असलेला संबंध पुढीलप्रमाणे आहे. (पाहा. तक्ता ५.६)

तक्ता क्र. ५.६ टी. व्ही. पाहणारे व न पाहणारे

अ. क्र.	टी. व्ही. पाहणे / न पाहणे	संख्या	टक्केवारी
१)	टी. व्ही. पाहणे	१००	१००%
२)	टी. व्ही. न पाहणे	-	-
	एकूण	१००	१००

टी. व्ही. पाहण्याबरोबरच सिंधी समाज सोशल मीडियाचा वापर मोठ्या प्रमाणात करतो. सोशल मीडियाच्या व्हॉट्स अ‍ॅप, फेसबुक, टिवूटर या साधनांचा वापर सिंधी समाज प्रामुख्याने व्यापार व व्यवसाय वृद्धीसाठी करतो. त्यानंतर करमणुकीसाठी करतो. सिंधी समाजातील महिलाही मोबाईलचा वापर मोठ्या प्रमाणात करतात. (पाहा. तक्ता क्र. ५.७)

तक्ता क्र. ५.७ सोशल मीडिया वापरणारे व न वापरणारे

अ.क्र.	सोशल मीडिया वापरणारे व न वापरणारे	संख्या	टक्केवारी
१)	सोशल मीडिया वापरणारे	९०	९०%
२)	सोशल मीडिया न वापरणारे	१०	१०%
	एकूण	१००	१००%

सिंधी समाजाचे राजकीयीकरण सिंधी समाजातील संघटनांच्या माध्यमांद्वारे होते. अशा सिंधी समाजातील संघटनांचे तीन प्रकार सिंधी समाजात दिसून आले. धार्मिक, राजकीय व सामाजिक संघटना सिंधी समाजात आहेत. धार्मिक व सामाजिक संघटना सिंधी समाजाचे राजकीयीकरण करतात. राजकारणाकडे जाण्याचा किंवा राजकीय दृष्टिकोन तयार करण्याचा धार्मिक संघटना व सामाजिक संघटना हा एक सिंधी समाजातील घटक आहे. सिंधी समाजाचे धार्मिक, राजकीय व सामाजिक संघटनांबरोबरचे संबंध पुढीलप्रमाणे दिसून आले.

तक्ता क्र. ५.८ सिंधी समाज व इतर संघटनांचा संबंध

अ. क्र.	सिंधी समाज संघटनेचा प्रकार	संख्या	टक्केवारी
१)	धार्मिक संघटना	२०	२०%
२)	राजकीय संघटना	०२	०२%
३)	सामाजिक संघटना	७५	७५%
४)	उत्तर दिले नाही	०३	०३%
	एकूण	१००	१००

सिंधी समाज, सिंधी समाजातील संघटनेला ७५ टक्के सामाजिक संघटना मानतो. याचा अर्थ सिंधी समाज त्याच्या समाजातील सामाजिक कार्याला राजकारण असे न मानता, समाजकारण असे मानतो. समाजात राहून समाजाच्या सार्वत्रिक हिताचा सार्वजनिक निर्णय घेतला जातो. त्यास 'राजकारण' म्हटले जाते. त्यामुळे सिंधी समाज समाजकारण हा शब्दप्रयोग राजकारणास वापरतो असे दिसून येते. तर सिंधी समाजातील लोक सिंधी समाजातील २०% संघटनेला धार्मिक संघटना या प्रकाराने संबोधितात. याचा अर्थ या प्रकारचे लोक धार्मिक चौकटीत राहून समाजाशी संपर्क ठेवतात.

'राजकारण मी करतो,' असे फक्त सिंधी समाजातील २% व्यक्तींचे मत आहे. असे सिंधी समाज का म्हणतो? कारण भारतीय समाजात राजकारण म्हणजे डावपेच, कूटनीती, असा अर्थ घेतला जातो. राजकारण करण्यासाठी डावपेच व कूटनीतीचा वापर तर केला जातो, पण त्याला समाजकारण धार्मिक कार्य असे संबोधिले जाते. त्यामुळे त्यांची डावपेच व कूटनीतिपासून सुटका होते असे लोकांना वाटते. नेमक्या या मुद्द्याप्रमाणे सिंधी समाज राजकारणाशी संबंध नाही असे वरवर दाखवितो. पण सामाजिक व धार्मिक पद्धतीचे संघटन करून जनमत स्वत:च्या मागे उभे करण्याचा प्रयत्न करत असतो. या पद्धतीने सिंधी समाजही सिंधी समूहाला राजकीयदृष्ट्या कृतिप्रवण करतो. यास सामाजिक व धार्मिक संघटनांकडून राजकारण प्रवेश करण्याचा एक प्रकार म्हणता येईल. त्यामुळे या पद्धतीने सिंधी समाजाचे राजकीय सामाजीकरण झालेले दिसून येते.

भारतीय राजकारण म्हणजे स्वत:च्या समाजाला रुढी, परंपरा यांतून बाहेर काढणे. स्वत:च्या समाजाला आधुनिक करणे म्हणजे राजकारण असे भारतीय संदर्भात म्हटले जाते. न्या. रानडे, महर्षी वि. रा.शिंदे यांनी या प्रकारचे राजकारण केले. डॉ. बाबासाहेब आंबेडकर, म. फुले यांनी राजकारण या पद्धतीने केले. सिंधी समाजदेखील या चौकटीत राजकारण करतो. सिंधी समाजाचे राजकीय सामाजीकरण या चौकटीत घडून येते. सिंधी

समाज आधुनिक झाला पाहिजे. सिंधी समाज आधुनिक होणे याचा अर्थ उदारमतवादी होणे. त्याला आधुनिक चौकटीत त्याचे हितसंबंध जपता आले पाहिजेत. त्यासाठी रुढी, परंपरा सोडून द्याव्यात. वृत्तपत्रे, वृत्तवाहिन्या, सोशल मीडिया, जनमत, लोकसंघटन या प्रकारांचा त्यांनी वापर करावा, हा आधुनिकतेचा अर्थ आहे. हा राजकीय बदल सिंधी समाज स्वत:च्या समाजात करतो. सिंधी समाज बदलला पाहिजे, या मताचा पुरस्कार ७८% लोक करतात. सिंधी समाज कर्मठ असला पाहिजे, या मताचा पुरस्कार केवळ ३% लोक करतात. याचा अर्थ सिंधी समाजाचे आधुनिक राजकीय चौकटीत राजकियीकरण झाले आहे. (पाहा. तक्ता. क्र. ५.९)

तक्ता क्र. ५.९ सिंधी समाजातील बदलाबाबतची मते

अ. क्र.	सिंधी समाजातील बदलाचा प्रकार	संख्या	टक्के
१)	रुढी, परंपरा बदलल्या पाहिजेत	७८	७८%
२)	समाज आधुनिक झाला पाहिजे	१९	१९%
३)	समाज कर्मठ असावा	०३	०३%
	एकूण	१९०	१००

सिंधी समाज हा भारतातील अल्पसंख्याक समाज आहे. पण सिंधी समाजाची अस्मिता अल्पसंख्याक नाही. कारण सिंधी समाज त्याची ओळख हिंदू अशी निर्माण करतो. सिंधी ही भौगोलिक ओळख असतानाच, भारतातील बहुसंख्य हिंदू धर्मियांची ओळख सिंधी समाजाने स्वीकारली आहे. या हिंदूकरणाच्या चौकटीत सिंधी समाजाचे राजकीय सामाजीकरण झाले आहे. सिंधी समाजाने मुस्लीम समाजातील लोकांबरोबर जास्त प्रमाणात जुळवून घेतलेले दिसत नाही. त्यामुळे सिंधी समाजाची राजकीय मूल्ये व दृष्टिकोन, हिंदू दृष्टिकोन असलेली आहेत. सिंधी समाजाच्या राजकीय सामाजीकरणावर हिंदू दृष्टिकोनाचा प्रभाव दिसून येतो. हा मुद्दा सिंधी समाजाचा इतर समाजाबरोबरचा संबंध कोणत्या प्रकारचा आहे यावरून स्पष्ट होतो. (पाहा. तक्ता क्र. ५.१०)

तक्ता क्र. ५.१० सिंधी समाजाचे इतर समाजाबरोबरचे संबंध

अ.क्र.	समाजाबरोबरचे संबंध	संख्या	टक्केवारी
१)	मुस्लीम	५	५%
२)	सर्वांबरोबर	२२	२२%
३)	हिंदू	७३	७३%
	एकूण	१००	१००

सिंधी समाज हिंदू समाजाबरोबर जास्त संबंध ठेवतो. ख्रिश्चन व नवबौद्धांबरोबरचे त्यांचे संबंध खूप चांगले आहेत. अहमदनगरमध्ये सिंधी कॉलनीशेजारी ख्रिश्चन लोक मोठ्या संख्येने राहतात. व्यापार व बाजारपेठेसाठी सिंधी समाजाला त्यांचा उपयोग झाला. थोडक्यात, सिंधी समाज आधुनिक आहे. पण सिंधी समाज सामाजिक आणि धार्मिक पातळीवर हिंदू समाजाच्याबाहेर पडलेला फारसा आढळत नाही.

सिंधी समाजाची प्रगती व सिंधी समाजाचा राजकीय सहभाग यांचा जवळचा संबंध आहे. कारण राजकारणात सहभाग घेतल्याशिवाय सिंधी समाजाची प्रगती होणार नाही, याची राजकीय जाणीवजागृती सिंधी समाजात आहे. सिंधी समाजात प्रगती अपेक्षेप्रमाणे झाली असे ५३ टक्के सिंधी समाजाचे मत आहे. तर प्रगती अपेक्षेप्रमाणे झाली, असे ३१ टक्के सिंधी लोकांचे मत आहे. याचे दोन अर्थ होतात - १. प्रगती राजकराणामुळे झाली. २. प्रगती झाली नाही त्यांनी राजकारण करावे. असे दोन अर्थ म्हणजेच राजकारण केले पाहिजे याबाबत सिंधी समाजाची मते पुढीलप्रमाणे आहेत. (पाहा. तक्ता क्र. ५.११)

तक्ता क्र. ५.११ सिंधी समाजाची प्रगती संदर्भातील राजकीय सहभागाची मते

अ. क्र.	प्रगती व राजकीय सहभागाचा संबंध	संख्या	टक्के
१)	प्रगती अपेक्षेप्रमाणे झाली	५३	५३%
२)	प्रगती अपेक्षेप्रमाणे झाली नाही	३१	३१%
३)	प्रगती झाली नाही	१६	१६%
	एकूण	१००	१००

सिंधी समाज राजकारण आर्थिक प्रगतीसाठी करतो. आर्थिक प्रगती करण्यासाठी राजकीय दृष्टिकोन असावा लागतो. राजकारणाशी जुळवून घ्यावे लागते. राजकारणाशी जुळवून घेण्याची लवचिकता सिंधी समाजात आहे. सिंधी समाज स्थानिक राजकारणाशी पुढीलप्रमाणे जुळवून घेतो. (पाहा. तक्ता क्र. ५.१२)

तक्ता क्र. ५.१२   सिंधी समाजाचा स्थानिक समाजाबरोबर जुळवाजुळव करण्याचा प्रकार

अ.क्र.	स्थानिक समाजाबरोबर जुळवाजुळवीचा प्रकार	संख्या	टक्केवारी
१)	विविध कार्यक्रमांना कार्यकर्ते व नेते यांना बोलावणे	५६	५६%
२)	आर्थिक संस्थांमध्ये सत्ताधारी वर्गाला वाटा देणे	००	००.००
३)	यापेक्षा वेगळी भूमिका	४२	४२%
४)	उत्तर दिले नाही	०२	०२%
	एकूण	१००	१००

सिंधी समाज हा राजकीय समाज आहे हे या मुद्द्यावर स्पष्ट होते. कारण सिंधी समाजातील आर्थिक संस्थांमध्ये सत्ताधारी वर्गाला तो सामावून घेत नाही. पण विविध प्रकारच्या कार्यक्रमांना कार्यकर्ते व नेते यांना बोलावतो. त्यातून सिंधी समाजाला स्थानिक लोकांचा पाठिंबा मिळतो. तसेच सिंधी समाजाला स्थानिक लोकांचा विरोधही राहत नाही. स्थानिक लोक सिंधी समाज आपला आहे या मताचे होते. अशाप्रकारचे संमतीचे राजकारण सिंधी समाज या पद्धतीने करतो.

सिंधी समाजात मतदानविषयक जाणीवजागृती दिसून आली. सिंधी समाजातील ९०% लोक मतदान करतात. याचा अर्थ ९०% लोकांना लोकशाही संस्थांबाबत आदर आहे. त्यांचा लोकशाही व्यवस्थेला पाठिंबा आहे. मतदान न करणारा गट केवळ १०% आहे. मतदान करणाऱ्या ९०% समाजाचे दोन प्रकार आहेत. एक गट पक्षाला मतदान करतो, तर दुसरा गट समाजातील नेत्यांना मतदान करतो. हा दृष्टिकोन पुढीलप्रमाणे दिसून आला. (पाहा. तक्ता क्र. ५.१३)

तक्ता क्र. ५.१३   सिंधी समाजाची मतदान करण्याची पद्धती.

अ.क्र.	मतदानाचा प्रकार	संख्या	टक्केवारी
१)	विविध पक्षांना	५६	५६%
२)	सिंधी समाजातील नेते सांगतील त्यांना	३४	३४%
३)	मतदान न करणे	१०	१०%
	एकूण	१००	१००

सिंधी समाज राजकीय पक्षांना मतदान करून राजकीय सहभाग घेतो. ५६% सिंधी समाज पक्षांना मतदान करण्याच्या पातळीवरील राजकीय सहभाग दाखवितो, तर ३४% लोक सिंधी समाजातील नेते सांगतील त्यांनाच मतदान करतात. अहमदनगरच्या महानगरपालिका निवडणुकीत हा प्रकार आढळून आला. याचा अर्थ ३४% सिंधी समाजाची राजकीय संस्कृती आज्ञांकित राजकीय संस्कृती आहे. थोडक्यात आज्ञांकित राजकीय सहभाग सिंधी समाजात दिसून आला. १०% सिंधी समाजाची राजकीय संस्कृती खंडित स्वरुपाची आहे. राजकारणात मतदान प्रक्रिया महत्त्वाची असते. मताचा राज्यकारभारावर परिणाम होतो. या परिणामकारक क्षमतेबद्दल त्यांना जाणीव आहे.

सिंधी समाज राजकारण करण्यासाठी सामूहिक स्वरूपाचे कार्यक्रम घेतो. कार्यक्रमांचे स्वरूप धार्मिक, सामाजिक व आर्थिक स्वरूपाचे असते. राजकीय कृतिप्रवणतेसाठी वापरलेली माध्यमे व कार्यक्रमांचे स्वरूप तपासल्यास असे लक्षात येते की, राजकीय चौकटीत धार्मिक, सामाजिक व आर्थिक कार्यक्रम घेतले जातात. (पाहा. तक्ता क्र. ५.१४)

तक्ता क्र. ५.१४ सिंधी समाजाच्या राजकीय कृतिप्रवणतेची माध्यमे

अ.क्र.	राजकीय कृतिप्रवणतेचे माध्यम	संख्या	टक्केवारी
१)	धार्मिक कार्यक्रम	२८	२८%
२)	हळदी-कुंकू / सामूहिक विवाह समारंभ	१४	१४%
३)	विद्यार्थ्यांचा सत्कार समारंभ	०८	०८%
४)	जातबांधवांचा सत्कार कार्यक्रम	१२	१२%
५)	बँक, पतसंस्था, पतपेढ्या, भिशी, महिला बचत गट	३८	३८%
	एकूण	१००	१००

सिंधी समाज राजकीय कृतिप्रवणतेसाठी विविध धार्मिक कार्यक्रमांचे आयोजन करतो. २८ टक्के लोक यासंबंधित कार्यक्रम आयोजित करताना आढळतात. तर महिला या घटकाचे संघटन करण्यासाठी १६% समाज हळदी-कुंकू व सामुदायिक विवाह समारंभ यांचा वापर करतात. त्यामुळे सामुदायिक विवाह ही बाब राजकीय स्वरूपाचीच आहे असे दिसते.

युवक वर्गाचे संघटन करण्यासाठी सामुदायिक विवाह या मार्गाबरोबरच विद्यार्थ्यांचा सत्कार केला जातो. त्यामुळे सिंधी समाज त्यांच्या जातीतील विद्यार्थ्यांना विद्यार्थी अवस्थेतच राजकारणाशी जोडून घेतात. सिंधी समाज जात या घटकाचा राजकीय कृतिप्रवणतेसाठी वापर करतात. १२% सिंधी लोकांच्या मते जातबांधवांचा सत्कार

कार्यक्रम आयोजित केला जातो. त्यांना राजकीयदृष्ट्या त्यांच्या गटाबरोबर जोडून घेतले जाते. या घटकानंतर आर्थिक घटक महत्त्वाचा ठरणारा आहे. सिंधी समाज व आर्थिक घटक यांचे नाते जास्त स्पष्टपणे दिसते. कारण ३८ टक्के सिंधी समाज बँक, पतसंस्था, पतपेढ्या, भिशी, महिला बचत गट या मार्गांचा वापर करून सिंधी समाजाला कृतिप्रवण करतात. याचा अर्थ सिंधी समाजाचे राजकारण सामाजिक व धार्मिक या दोन चौकटींखेरीज आर्थिक चौकटीत घडते. त्यामुळे सिंधी समाज राजकीय कृतिप्रवणतेच्या पातळीवर जमातवादी व जातवादी असण्यापेक्षा जास्त व्यावहारीक आहे. हा महत्त्वाचा मुद्दा या संशोधनातून पुढे आला आहे.

सिंधी समाज हा हिंदू परंपरांशी जोडून घेतलेला समाज आहे. सिंधी समाज त्यामुळे हिंदू समाजाप्रमाणेच सामुदायिक उत्सव समारंभ घेतो. सिंधी समाजातील ९१% टक्के लोक उत्सवात सहभागी होतात. त्यामुळे सिंधी समाज त्यांना कृतिप्रवण करण्यासाठी धार्मिक उत्सव साजरे करतो. (पाहा. तक्ता क्र. ५.१५)

तक्ता क्र. ५.१५ सिंधी समाजाचे धार्मिक उत्सव साजरे करण्याबाबतचे मत

अ.क्र.	धार्मिक उत्सवाबाबतचे मत	संख्या	टक्केवारी
१)	धार्मिक उत्सवात सहभागी	९१	९१%
२)	धार्मिक उत्सवात सहभागी न होणारे	६	६%
३)	गैरलागू	३	३%
	एकूण	१००	१००

थोडक्यात, सिंधी समाज धार्मिक मुद्द्याचा वापर राजकारणासाठी करतो असे दिसते. सिंधी समाजात धार्मिक मुद्द्याचा वापर न करणारा वर्ग ६% इतकाच आहे.

सिंधी समाज स्थानिक पातळीवरील राजकारण मोठ्या प्रमाणात करतो. कारण स्थानिक पातळीवरती त्याचे हितसंबंध असतात. या शिवाय महाराष्ट्र पातळीवरील राजकारण सिंधी समाज करतो, कारण महाराष्ट्र पातळीवरील निर्णय-निश्चितीचा त्याच्या व्यवसायावर परिणाम होतो. याखेरीज भारतीय पातळीवरील राजकारणाचा विचार करण्याचे प्रमाण ९% दिसून आले. (पाहा. तक्ता क्र. ५.१६)

तक्ता क्र. ५.१६ सिंधी समाजाच्या राजकारणाची पातळी

अ.क्र.	सिंधी समाजाच्या राजकारणाची पातळी	संख्या	टक्केवारी
१)	स्थानिक पातळी	५१	५१%
२)	महाराष्ट्र पातळी	२५	२५%
३)	भारत पातळी	१०	१०%
४)	वरील सर्व पातळ्यांवर	५	५%
५)	गैरलागू	९	९%
	एकूण	१००	१००

सिंधी समाज महाराष्ट्र सरकार व अहमदनगर महानगरपालिकेने आर्थिक चौकटीत धोरण ठरवावे असे मत मांडतो. त्यामध्ये जकात बंद करावी असे मत ५८% सिंधी समाजाने व्यक्त केले होते. तर २१% सिंधी समाजाच्या मते विविध प्रकारचे कारखाने सुरू करावेत असे आहे. शासनाने व्यापाऱ्याला संरक्षण द्यावे असे १७% लोकांनी व्यक्त केले. याचाच अर्थ शासनाने वेळोवेळी व्यापाराला पाठिंबा देऊन तो सक्षम करावा असे त्यांना वाटते. (पाहा. तक्ता क्र. ५.१७)

तक्ता क्र. ५.१७ सिंधी समाजाचे महाराष्ट्र सरकार व अहमदनगर महापालिकेबाबतचे मत

अ.क्र.	सिंधी समाजाची मते	संख्या	टक्केवारी
१)	विविध प्रकारचे कारखाने काढावेत	२१	२१%
२)	जकात बंद असावी	५८	५८%
३)	शेतीच्या तुलनेत उद्योगधंदे सुरू करावेत	०२	०२%
४)	शेती व्यवसायात गुंतवणूक करावी	०२	०२%
५)	व्यापाराला संरक्षण द्यावे	१७	१७%
	एकूण	१००	१००

सिंधी समाजात विशेष लोकशाही मूल्ये रुजलेली आहेत. त्याच्या या दृष्टिकोनाशी सुसंगत, त्यांनी मतदानाचा अधिकार देण्याबद्दलची मते नोंदविली आहेत. सिंधी समाजातील ४५% लोकांच्या मते केवळ सुशिक्षितांनाच मतदानाचा अधिकार असावा.

तर ४७% सिंधी समाजातील व्यक्तींच्या मते सर्वांना मतदानाचा अधिकार असावा. ही मते त्यांनी पुढीलप्रमाणे नोंदविली आहेत.(पाहा. तक्ता क्र. ५.१८)

तक्ता क्र. ५.१८   सिंधी समाजाचे मतदानविषयक दृष्टिकोन

अ.क्र.	मतदानाचा अधिकार	संख्या	टक्केवारी
१)	सुशिक्षित व्यक्तींना	४५	४५%
२)	अशिक्षित व्यक्ती	००	००
३)	महिला	०८	०८%
४)	वरील सर्वांना	४७	४७%
	एकूण	१००	१००

सिंधी समाजाचा मतदानाचा राजकीय अधिकार सुशिक्षित व्यक्तींकडे देण्याचा कल दिसतो. अशिक्षित व्यक्तींकडे सरसकट मतदानाचा अधिकार देऊन फारसा उपयोग होणार नसल्याचे त्यांना वाटते. सुशिक्षित व्यक्तींना मतदानाचा अधिकार दिल्यामुळे लोकशाही प्रगल्भ होते, असेही त्यातून स्पष्ट होते. मतदानाच्या पातळीवरून सत्ता, अधिकार, प्रतिष्ठा व संपत्तीवर सुशिक्षित व्यक्तींचेच नियंत्रण राहावे असे या समाजाला वाटते. कारण जास्त प्रमाणात अशिक्षित लोक सत्तेमध्ये आले, तर सरकार कार्यक्षम राहणार नाही आणि देशाचा सर्वांगीण विकास होणार नाही असे लोकांचे मत आहे.

सिंधी समाज कोणत्या पक्षाला मतदान करतो असा प्रश्न विचारण्यात आला. त्यानुसार केलेले वर्गीकरण खालीलप्रमाणे आहे. (पाहा. तक्ता क्र. ५.१९)

तक्ता क्र. ५.१९ सिंधी समाजाचा विविध राजकीय पक्षांना मतदान करण्याचा कल

अ.क्र.	पक्षाचे नाव	संख्या	टक्केवारी
१)	काँग्रेस	०७	०७%
२)	भाजप	२८	२८%
३)	कम्युनिस्ट पक्ष	०१	०१%
४)	राष्ट्रवादी काँग्रेस	१९	१९%
५)	शिवसेना	३४	३४%
६)	शे.का.प.	००	००
७)	म.न.से.	०२	०२%
८)	मतदान केले नाही	०२	०२%
९)	उमेदवार पाहून	०५	०५%
१०)	उत्तर दिले नाही	०२	०२%
	एकूण	१००	१००

सिंधी समाज कोणत्या राजकीय पक्षाला मतदान करतो असा प्रश्न त्यांना विचारण्यात आला होता. त्यानुसार सर्वांत जास्त म्हणजे ३४% सिंधी समाजाचा कल शिवसेनेकडे आहे. त्यानंतर २८% कल भाजपकडे आहे. राष्ट्रवादी काँग्रेसला १९%, तर काँग्रेसला ७% टक्के सिंधी समाज मतदान करतो. काँग्रेस, राष्ट्रवादी काँग्रेसच्या तुलनेमध्ये शिवसेना-भाजपकडे सिंधी समाज झुकलेला दिसला. त्यांचा काँग्रेसपेक्षा राष्ट्रवादी काँग्रेसकडे जास्त कल दिसला. कारण उल्हासनगर महानगरपालिकेत बरेच दिवस राष्ट्रवादी काँग्रेसची सत्ता होती. राष्ट्रवादी काँग्रेसकडून ज्योती कलानी व इतर अनेक सिंधी समाजाचे नगरसेवक निवडून आले होते. त्यामुळे अहमदनगर येथील सिंधी समाजाचाही सहानुभूतीपूर्वक कल राष्ट्रवादी काँग्रेस पक्षाकडे दिसून आला. अहमदनगर जिल्हा राष्ट्रवादी काँग्रेस पक्षाचे माजी जिल्हाध्यक्ष व माजी आमदार दादाभाऊ कळमकर यांचे सिंधी समाजाच्या विकासाकडे बरेच लक्ष असते, असे मत काही राजकीय नेते व सिंधी व्यापाऱ्यांनी मुलाखतीच्या वेळी स्पष्ट केले.

२०१५ साली राष्ट्रवादी काँग्रेसचे नेते दादाभाऊ कळमकर यांचे पुतणे अहमदनगर महानगरपालिकेचे महापौर झाल्यानंतर, त्यांच्या घरापासून जवळ असलेल्या सिंधी कॉलनीतील सिंधी नागरिकांचे प्रश्न लक्षात घेऊन ते प्रश्न सोडविण्यासाठी प्राधान्याने अग्रक्रम दिला हे पाहणीत आढळले.

सिंधी समाजातील युवकांचा विद्यार्थी संघटनामधील किती ५.२० सहभाग आहे असा प्रश्न विचारला होता. (पाहा. तक्ता क्र. ५.२०)

तक्ता क्र. ५.२० सिंधी समाजातील युवकांचा विद्यार्थी संघटनांमधील सहभाग

अ. क्र.	सिंधी समाजातील युवकांचा विद्यार्थी संघटनांमधील सहभाग	संख्या	टक्केवारी
१)	सिंधी समाजातील युवकांचा सिंधी विद्यार्थी संघटनांमधील सहभाग	६३	६३%
२)	विविध राजकीय पक्षांच्या संघटनांमधील सिंधी युवकांचा सहभाग	२८	२८%
३)	महाविद्यालयात जाणाऱ्या सिंधी युवकांचा संघटनांमधील सहभाग	०९	०९
	एकूण	१००	१००%

आपल्या समाजाबरोबरच इतर राजकीय व निमराजकीय संघटनांमध्ये सहभागी होणे ही एक राजकीय सहभागाची महत्त्वाची पातळी आहे. राजकीय सहभाग वाढविण्याची क्षमता अशा प्रकारातून होत असते. सिंधी समाजाने सुरू केलेल्या विविध संघटनांमध्ये सिंधी तरुणाचा सहभाग मोठ्या प्रमाणात वाढताना दिसला. मात्र, त्यामध्ये तरुण मुलींचे प्रमाण खूपच कमी आढळले. विविध राजकीय पक्षातील सिंधी तरुणांचा सहभाग हा वाढत असल्याचे आढळले आणि ९% इतक्याच युवकांनी महाविद्यालयातील विद्यार्थ्यांच्या विविध संघटनांमध्ये सहभागाची नोंदणी केली. सिंधी युवक-युवती महाविद्यालयात वाणिज्य शाखेचे शिक्षण मोठ्या प्रमाणात घेतात व महाविद्यालयात होणाऱ्या २ ते ३ तासांना ते हजर राहून आपल्या स्वतःच्या कुटुंबाने चालू केलेल्या व्यवसायामध्ये सहभागी होतात. हे त्यामागचे एक महत्त्वाचे कारण असल्याचे लक्षात येते.

सिंधी समाज राजकारणावर कोणत्या ठिकाणी चर्चा करतो, याबाबत प्रश्न विचारला होता. (पाहा. तक्ता क्र. ५.२१)

तक्ता क्र. ५.२१ सिंधी समाजाचे राजकारणावर होणाऱ्या चर्चेचे ठिकाण

अ. क्र.	चर्चेचे ठिकाण	संख्या	टक्केवारी
१)	कुटुंबातील सदस्य आणि मित्रमंडळी	०४	४%
२)	समाज घटकांबरोबर	०६	६%
३)	पतसंस्थेत / भिशीच्या ठिकाणी	१८	१८%
४)	धार्मिक कार्यक्रमांमध्ये	०८	८%
५)	सामाजिक संघटनांमध्ये	२२	२२%
६)	राजकीय संघटनांमध्ये	४२	४२%
	एकूण	१००	१००%

सिंधी समाज कोणत्या ठिकाणी राजकारणावर चर्चा करतो. असा प्रश्न त्यांना विचारण्यात आला होता. त्यानुसार सर्वांत जास्त म्हणजे ४२% राजकीय चर्चा ही राजकीय संघटनांच्या पातळीवर होते. त्यानंतर २२% इतकी चर्चा त्यांच्या सामाजिक संघटनांच्या ठिकाणी होत, तर १८% सिंधी समाजातील लोक विविध पतसंस्था व भिशीच्या ठिकाणी करतात. कुटुंबात फक्त ४% इतकाच सिंधी समाज राजकारणावर चर्चा करताना आढळून आला.

सिंधी समाजातील व्यापाऱ्याचा कोणत्या व्यापारी संघटनेत सहभाग आहे, असा प्रश्न विचारण्यात आला होता. त्यासंदर्भात खालीलप्रमाणे विश्लेषण केले आहे. (पाहा. तक्ता क्र. ५.२२)

तक्ता क्र. ५.२२ सिंधी समाजातील व्यापारी वर्गांचा संघटनांमधील सहभाग

अ. क्र.	सिंधी समाजातील व्यापारी संघटनांमधील सहभाग	संख्या	टक्केवारी
१)	विविध व्यापारी संघटनांचे सभासद (किरकोळ व्यापारी असोसिएशन, हॉटेल व्यावसायिक असोसिएशन, फटाका असोसिएशन इ.)	८५	८५%
२)	विविध व्यापारी संघटनांचे पदाधिकारी	१५	१५%
	एकूण	१००	१००%

व्यापारी संघटना हा देशातील एक महत्त्वाचा हितसंबंधी गट आहे. आपल्या मागण्यांसाठी हा एकत्रितपणे प्रयत्न करीत असतो. सिंधी समाजाचा व्यापारी वर्गाचा संघटनांमध्ये ८५% इतका मोठा सहभाग आहे. शहरामध्ये सिंधी व्यापारी संघटना व मारवाडी व्यापारी संघटना यांच्याकडे मोठ्या व्यापारी संघटना म्हणून पाहिले जाते. किरकोळ व्यापार असोसिएशन, हॉटेल व्यावसायिक असोसिएशन, फटाका असोसिएशनमधील संघटनांमध्ये सिंधी समाजातील काही लोक पदाधिकारी म्हणूनही काम करताना दिसले. त्यावरून सिंधी ही व्यापारी लोकांची संघटना आहे. असेही म्हणता येते.

सिंधी समाज निवडणुकीसाठी विविध राजकीय पक्षांना निधी देतात का? हा महत्त्वाचा प्रश्न विचारण्यात आला होता. पुढीलप्रमाणे सिंधी समाजाने आपला सहभाग नोंदविला आहे. (पाहा. तक्ता क्र. ५.२३)

तक्ता क्र. ५:२३ राजकीय पक्षासाठी निधी संकलनातील सिंधी समाजाचा सहभाग.

अ. क्र.	राजकीय पक्षासाठी निधी संकलनातील सिंधी समाजाचा सहभाग	संख्या	टक्केवारी
१)	होय	७२	७२%
२)	नाही	२८	२८%
	एकूण	१००	१००%

राजकीय पक्षांना विविध निवडणुकासाठी प्रचार व त्यांच्या नियमित कार्यक्रमांसाठी आर्थिक निधीची गरज असते. संबंधित राजकीय पक्षाचे नेते, कार्यकर्ते, हितचिंतक हे त्यासाठी निधी गोळा करण्याचे कार्य करीत असतात. राजकीय पक्ष प्रामुख्याने महापालिका निवडणुकीत स्थानिक पातळीवर मोठ्या प्रमाणात निधी गोळा करतात. त्यामध्ये सिंधी समाज आघाडीवर दिसतो. निवडणुकीनंतर निधी दिलेल्या पक्षाची महापालिकेत सत्ता आल्यानंतर आपल्या पसंतीनुसार आर्थिक धोरण राबविण्यात यावे यासाठी हा समाज दबाव टाकतो व आपल्या आर्थिक हितसंबंधांची जोपासना केली जाते. अहमदनगर महापालिकेच्या तीन निवडणुकांचे विश्लेषण केल्यानंतर सिंधी समाज हा भारतीय जनता पक्ष, शिवसेना व राष्ट्रवादी काँग्रेस या पक्षांना निवडणुकीसाठी निधी दिल्याचे अनेक पक्षकार्यकर्त्यांनी कबूल केले.

निवडणुकीच्या व इतर वेळी विविध राजकीय पक्षांच्या सभांना उपस्थित राहता का? असा प्रश्न विचारला होता. त्यानुसार सिंधी समाजाचा पुढीलप्रमाणे कल लक्षात आला. (पाहा. तक्ता क्र. ५.२४)

तक्ता क्र. ५.२४ राजकीय पक्षांच्या सभांमधील सिंधीसमाजाची उपस्थिती

अ. क्र.	राजकीय पक्षांच्या सभांमधील सिंधी समाजाची उपस्थिती	संख्या	टक्केवारी
१)	उपस्थिती	८४	८४%
२)	अनुपस्थिती	१६	१६%
	एकूण	१००	१००%

लोकसभा, विधानसभा व महापालिका निवडणुकीच्या पार्श्वभूमीवर विविध राजकीय पक्षांच्या सभा आयोजित केल्या जातात. राजकीय पक्ष हे राजकीय सामाजीकरणाचे उत्तम माध्यम आहे. राजकीय सभांमधून देशातील, राज्यातील व स्थानिक पातळीवरील विविध प्रश्न लक्षात येतात. ८४% सिंधी समाज विविध राजकीय पक्षांच्या होणाऱ्या सभांसाठी हजेरी लावतो. त्यामुळे सिंधी समाज राजकीयदृष्ट्या मोठ्या प्रमाणात जागरूक असल्याचे आढळते.

सिंधी समाज कोणत्या आंदोलनामध्ये सहभागी होतात, असा प्रश्न विचारण्यात आला होता. त्यानुसार महत्त्वाची आकडेवारी पुढे आली आहे. (पाहा. तक्ता क्र. ५.२५)

तक्ता क्र. २५   विविध आंदोलनांमध्ये सिंधी समाजाचा सहभाग

अ. क्र.	विविध आंदोलनांमध्ये सिंधी समाजाचा सहभाग	संख्या	टक्केवारी
१)	स्थानिक पातळीवरील प्रश्नांवर केलेल्या आंदोलनांमध्ये सहभाग (महापालिकेचे विविध कर - मालमत्ता करासहीत, बंद पडलेल्या पतसंस्थेतील ठेवीदारांचे प्रश्न, वीजमंडळाची अकार्यक्षमता, अहमदनगर जिल्ह्यात कोपर्डी येथे अल्पवयीन मुलीवर झालेले अत्याचार प्रकरण इ.)	७८	७८%
२)	राज्य पातळीवरील प्रश्नावर केलेल्या आंदोलनांमध्ये सहभाग (विक्रीकर आणि इतर आर्थिक व व्यवसायांचे प्रश्न इ.)	१२	१२%

अ. क्र.	विविध आंदोलनांमध्ये सिंधी समाजाचा सहभाग	संख्या	टक्केवारी
३)	राष्ट्रीय पातळीवरील प्रश्नावर केलेल्या आंदोलनांमध्ये सहभाग. (समाजसेवक अण्णा हजारेंचे आंदोलन, जनलोकपाल विधेयक, काळा पैसा विरोधी आंदोलन, धर्मांतराचा प्रश्न इ.)	१०	१०%
	एकूण	१००	१००%

विविध राजकीय, आर्थिक व सामाजिक मुद्यांवरील आंदोलनांमध्ये सिंधी समाजाने सहभाग नोंदविला आहे. त्यामुळे या समाजात राजकीय, आर्थिक व सामाजिकदृष्ट्या जागृती दिसून आली. ७८% इतका सहभाग स्थानिक पातळीवर होणाऱ्या विविध प्रकारच्या आंदोलनांमध्ये दिसला. त्यामध्ये प्रामुख्याने महापालिकेने जकात व मालमत्ता कर कमी करावा, घरपट्टी व पाणीपट्टी कमी करावी. यासाठी झालेल्या आंदोलनांमध्ये त्यांचा सहभाग मोठ्या प्रमाणात आढळला. महाराष्ट्र पातळीवर होणाऱ्या प्रश्नांच्या आंदोलनामध्ये १२% इतका सिंधी समाज सहभागी होताना दिसतो. त्यामध्ये प्रामुख्याने राज्यशासनाने विक्रीकर कमी करावा, व्यापाऱ्यांवर आर्थिक निर्बंध कमी लावावेत, यावर भर होता. देश पातळीवर होणाऱ्या प्रश्नाच्या आंदोलनांमध्ये सिंधी समाजाचा सहभाग खूपच कमी दिसून आला. अण्णा हजारेंचे दिल्लीतील आंदोलन, जनलोकपाल विधेयक देशांतील धर्मांतराचा प्रश्न या विषयातील प्रश्नांकडे सिंधी समाज अत्यल्प प्रतिसाद देताना दिसतो.

सिंधी समाजाचा विकास होण्यासाठी सिंधी समाजातील व्यक्ती स्वतःचे काही योगदान देतात का, हे तपासून पाहण्यासाठी सिंधी समाजाच्या विकासासाठी आपण काय करता, असा प्रश्न विचारण्यात आला होता. त्यानुसार वर्गीकरण केले आहे. (पाहा. तक्ता क्र. ५.२६)

पाहा तक्ता क्र. ५.२६ सिंधी समाजाच्या विकासासाठी करण्यात येत असलेल्या प्रयत्नांचे वर्गीकरण

अ.क्र.	मदतीचा प्रकार	संख्या	टक्केवारी
१)	आर्थिक मदत	०८	०८%
२)	विद्यार्थ्यांना फीसाठी मदत	०६	६%
३)	नोकरी मिळवून देण्यासाठी प्रयत्न	००	००
४)	व्यवसायासाठी कर्ज मिळवून देणे	०७	०७%
५)	सिंधी समाजाच्या प्रश्नांची माहिती स्थानिक सत्ताधारी वर्गाकडे मांडणे	२४	२४%
६)	सिंधी समाजासाठी सामाजिक स्वरुपाचे कार्य करणे	३४	३४%
७)	यापेक्षा वेगळे उत्तर	१३	१३%
८)	उत्तर दिले नाही	८	०८%
	एकूण	१००	१००

या संदर्भात येथील ३४% सिंधी समाजातील लोकांनी आम्ही सामाजिक स्वरुपाचे काम करतो असे सांगितले. त्यामध्ये सामुदायिक विवाह, सर्व रोग-निदान शिबिरे घेणे या कार्यक्रमांवर भर दिल्याचे सांगतात. तर स्थानिक सत्ताधारी वर्गांकडे सिंधी समाजाचे प्रश्न मांडले जातात असे २४% लोकांचे मत आहे. व्यवसायासाठी कर्जपुरवठा करावा असेही या समाजाचे मत आहे. परंतु नोकरी मिळवून देण्यासाठी समाज प्रयत्न करत नसल्याचे या संशोधनातून आढळून आले.

६ निष्कर्ष

१) या संशोधनातून सिंधी समाजात राजकीय जाणीवजागृती आहे असे दिसून आले. सिंधी समाजाची राजकीय सामाजीकरण व राजकीय सहभाग या घटकांवर सामाजिक, राजकीय अर्थकारण व राजकीय धार्मिक घटक या मुद्द्यांचा स्पष्टपणे प्रभाव दिसून आला.

२) सिंधी समाज हा स्थलांतरित आहे. त्यामुळे तो हिंदू समाजाबरोबर जुळवून घेतो. तर स्थलांतराचे मुख्य कारण भारत-पाकिस्तान फाळणी हे आहे. त्यामुळे मुस्लीमविरोध हा सिंधी समाजाच्या राजकारणाचा स्थायीभाग आहे. मुस्लीमविरोध हे भारतीय हिंदुत्ववादाचे एक वैशिष्ट्य आहे. त्यामुळे सिंधी समाजातील मुस्लीमविरोध व हिंदुत्व राजकारणातील मुस्लीमविरोध या मुद्द्यांच्या आधारे सिंधी समाज व हिंदुत्व यांची युती झाली आहे. यांची युती हा घटक राजकीय सामाजीकरणाचा एक महत्त्वाचा भाग आहे.

३) सिंधी समाजाने बहुसंख्याकवादी होण्याचा निश्चितच प्रयत्न केला आहे. हिंदू हा बहुसंख्याक समाज आहे. बहुसंख्याक समाजाबरोबर जुळवून घेतो. उदा. ७३% सिंधी समाज हा हिंदू समाजाबरोबर संबंध ठेवतो. याउलट, मुस्लीम समाजाबरोबर सिंधी समाजाचे संबंध हिंदूंच्या तुलनेत खूपच कमी प्रमाणात आहेत, त्यामुळे सिंधी समाजाचे राजकारण म्हणजे केवळ हिंदूंचे राजकारण होय, असा एक अर्थ निघतो.

४) सिंधी समाज हा भांडवलदारी अर्थव्यास्थेचा पुरस्कर्ता आहे. त्यामुळे हा समाज उद्योगधंदे, कारखानदारी, व्यापार व विविध प्रकारच्या सेवा यांचा स्वीकार करतो.

त्या क्षेत्रातील अभिजात उदारमतवादी व नव-अभिजात उदारमतवादी या मूल्यांचा सिंधी समाजावर प्रभाव आहे. या मूल्यांच्या चौकटीत सिंधी समाजाचे दृष्टिकोन तयार झाले आहेत. उदा. सिंधी समाज महाराष्ट्र शासनाने व अहमदनगर महापालिकेने कारखानदारी वाढवावी या मताचा आहे. तसेच अहमदनगर महापालिकेने जकात ठेवू नये असाही या समाजातील व्यापाऱ्यांचा आग्रह होता. २०१६ साली केंद्र शासनाने सुरू केलेला 'मेक इन इंडिया' व महाराष्ट्र शासनाने सुरू केलेला 'मेक इन महाराष्ट्र' या उद्योग क्षेत्रातील नावीन्यपूर्ण उपक्रमांचे त्यांनी मनापासून स्वागत केले. म्हणजेच थोडक्यात सिंधी समाज भांडवलशाहीच्या चौकटीतील आधुनिकता स्वीकारतो. आधुनिक चौकटीमध्ये तो लोकशाहीची संकल्पना स्वीकारतो.

सिंधी समाजातील राजकीय सहभाग, राजकीय जाणीवजागृती व राजकीय समाजीकरणाचा दृष्टिकोन नव-अभिजात उदारमतवादी चौकटीतील आहे. त्यामुळे तो सामाजिक लोकशाहीच्या संकल्पनेऐवजी, बहुस्तरसत्ताक लोकशाहीऐवजी अभिजनाच्या लोकशाहीचा स्वीकार करतो. अभिजनवादी दृष्टिकोन व अभिजनवादी मूल्ये सिंधी समाजाच्या राजकीय सामाजिकीकरणातून घडलेली आहेत.

५) सिंधी समाज आर्थिक प्रगती करण्यासाठी राजकारण करतो. त्यामुळे सिंधी समाज राजकारणाचा साधन म्हणून वापर करतो. यामुळे सिंधी समाजाच्या दृष्टिकोनातून अर्थकारण हे साध्य आहे, तर राजकारण हे साधन आहे. सिंधी समाज त्यांच्या आर्थिक संस्थांमध्ये सत्ताधारी वर्गाला सहभागी करून घेत नाही. याचा अर्थ आर्थिक संस्थांवर फक्त सिंधी समाजाचेच नियंत्रण तो ठेवतो. सिंधी समाज इतर समाजातील कार्यकर्ते व नेते यांच्याबरोबर जुळवून घेतो, असे ५६% सिंधी समाजाचे मत आहे. तर सिंधी समाज यापेक्षा वेगवेगळी भूमिका घेतो असे ४२ % सिंधी समाजाचे मत आहे. यातून दोन गोष्टी स्पष्ट होतात. सिंधी समाज अर्थकारणात राजकारण येऊ देत नाही, पण अर्थकारणाला राजकारणाचे संरक्षण लागते ही जाणीव सिंधी समाजाला आहे. हीच दिशा त्यांच्या राजकीय सहभागाची देखील आहे.

६) सिंधी समाज लोकशाहीची मूल्यात्मक चौकट स्वीकारतो. कारण सिंधी समाजाला लोकशाही संस्थांबद्दल आदर आहे. सिंधी समाजातील ९०% लोक मतदान करतात. ते लोकशाही व्यवस्थेला पाठिंबा देतात. म्हणजेच सिंधी समाज लोकशाही चौकटीत राजकीय सहभाग स्वीकारतो.

७) सिंधी समाज सामुहिक स्वरुपाचे राजकारण करतो. तेव्हा तो राजकीय कृति प्रवणतेसाठी धार्मिक कार्यक्रम, सामुदायिक विवाह सोहळा, विद्यार्थ्यांचा सत्कार, जात-बांधवाचा सत्कार, बँक, पतपेढ्या, पतसंस्था, भिशी, महिला बचत गट यांसारखी माध्यमे वापरतो. राजकारण हे समुहामध्ये राहून करायचे असते, त्यामुळे कार्यक्रम करावे लागतात. समुहामध्ये सहभागी व्हावे लागते. सिंधी समाज धर्म या घटकावर आधारित सामुहिक कार्यक्रम घेतो. धार्मिक उत्सवात ९१% सिंधी समाज सहभागी होतो. त्यामुळे सिंधी समाज धार्मिक उत्सवांच्यामार्फत राजकारणाशी जोडला जातो. याचाच अर्थ धार्मिक उत्सवांमधून सिंधी समाजाचे राजकारणाकडे पाहण्याचे दृष्टिकोन तयार होतात. धार्मिक उत्सवांच्याद्वारे राजकारणाची मूल्ये, प्रतीके सिंधी समाजामध्ये स्वीकारली जातात. या धार्मिक उत्सवांमधून त्यांचे राजकीय सामाजीकरण होते असे दिसून येते.

८) सिंधी समाजाचा राजकीय सहभाग स्थानिक, राज्य, राष्ट्रीय पातळी व सर्व पातळ्यांवर दिसून येतो. स्थानिक पातळीवर सर्वांत जास्त सिंधी समाज सहभागी होतो. त्यानंतर तो राज्य पातळीवर सहभागी होतो आणि नंतर तो भारतीय पातळीवर सहभागी होतो. सर्वच पातळ्यांवर सहभागी होणारे लोक केवळ ५% आहेत. सिंधी समाजाच्या राजकीय सहभागाचा आलेख खालीलप्रमाणे दाखविता येतो.

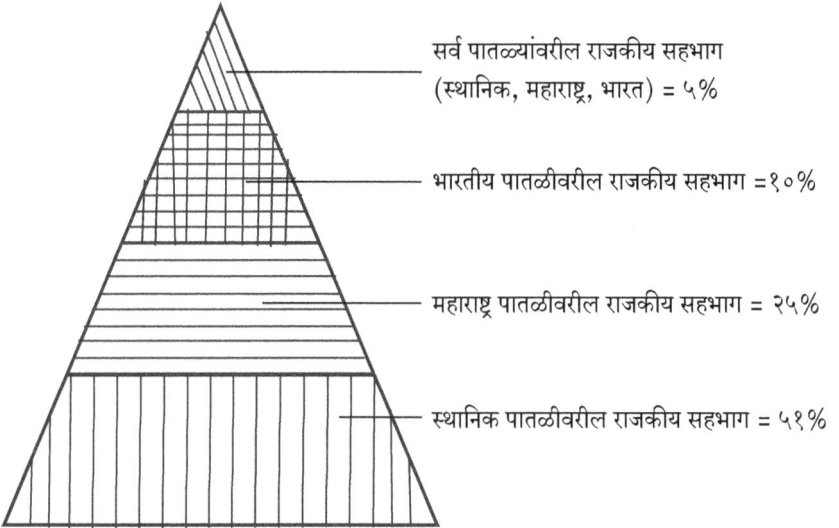

सर्व पातळ्यांवरील राजकीय सहभाग (स्थानिक, महाराष्ट्र, भारत) = ५%

भारतीय पातळीवरील राजकीय सहभाग = १०%

महाराष्ट्र पातळीवरील राजकीय सहभाग = २५%

स्थानिक पातळीवरील राजकीय सहभाग = ५१%

सिंधी समाजातील राजकीय उदासीनता = ०९%

९) सिंधी समाज हा सुशिक्षितांच्या लोकशाहीची संकल्पना स्वीकारतो. सिंधी समाजामधून ४५% व्यक्तींनी सुशिक्षितांना मतदानाचा हक्क द्यावा असे मत मांडले आहे. सिंधी समाजाला अशिक्षितांना मतदानाचा अधिकार द्यावा असे बहुसंख्येने वाटत नाही. मतदानाचा अधिकार केवळ सुशिक्षितांना देण्यामुळे, सिंधी समाजाची लोकशाहीविषयक विचारसरणी अभिजनवादी ठरते. परंतु याबरोबरच त्यांचे लोकशाही संदर्भातील निष्कर्ष पुढीलप्रमाणे निघतात.

१) राजकीय सत्ता केवळ सुशिक्षितांकडे असावी, या मताचा पुरस्कार सिंधी समाज करतो.

२) सिंधी समाज अशिक्षित व्यक्तींचे हितसंबंध जपण्यासाठी त्यांना जास्त प्रतिनिधित्व देऊ नये अशी भूमिका घेतो. याचा अर्थ जास्त प्रमाणात अशिक्षित लोक सत्तेमध्ये आले, तर सरकार कार्यक्षम राहणार नाही असे त्यांना वाटते आणि त्यामुळे त्याचा पहिला फटका भारतातील उद्योगांना बसेल आणि सिंधी समाजाची व्यापार व उद्योग क्षेत्रातील प्रगती खुंटेल असे त्यांना वाटते.

३) राजकारणातील महिलांच्या सहभागाला सिंधी समाज फारसा अनुकूल दिसला नाही. परंतु महिलांना मतदानाचा अधिकार देण्यासंबंधी सिंधी समाज हा आग्रही दिसला. सिंधी समाजाची राजकीय सत्तेची संकल्पना 'विशेषज्ञ' या स्वरूपाची आहे. त्याच्या सत्तेच्या संकल्पनेमध्ये मध्यवर्ती ठिकाणी सुशिक्षित आहेत व परिघावर अशिक्षित व्यक्ती आहेत. हे पुढीलप्रमाणे दिसून येते.

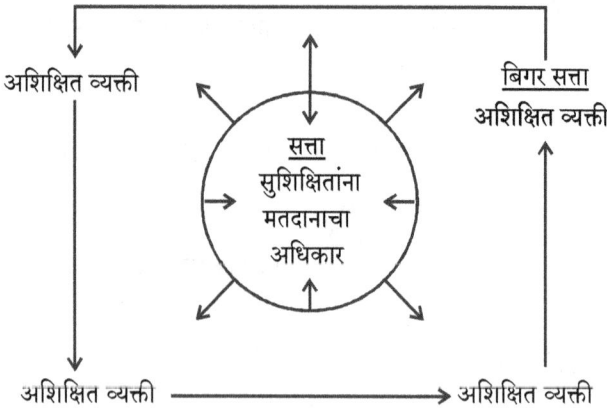

१०) सिंधी समाज हा राजकारण सिंधी समाजाच्या आर्थिक प्रगतीसाठी करतो. सिंधी समाज राजकारण सर्व भारतीय व सर्व महाराष्ट्रातील समाजाच्या प्रगतीसाठी करतो का, याचे उत्तर दिले गेले नाही. सिंधी समाजाच्या विकासासाठी सामाजिक स्वरुपाचे काम ३४% सिंधी समाज करतो. स्थानिक पातळीवरील सत्ताधारी वर्गाच्या मदतीने सिंधी समाजाचे २४% प्रश्न सिंधी समाज सोडवितो. म्हणजेच थोडक्यात सिंधी समाजाची प्रगती हाच राजकारणाचा गाभा सिंधी समाज समजतो व त्यासाठीच सिंधी समाज राजकारणात सहभागी होतो.

११) सिंधी समाज विविध प्रकारचे व्यवसाय करणारा समाज आहे. दुकानदारी, कारखानदारी, सेवा क्षेत्रातील कामे इ. क्षेत्रांत सिंधी समाज एकवटलेला आहे. त्यामुळे सिंधी समाज एकवटलेला आहे. तसेच सिंधी समाज हा हिशोबी बुद्धीचा आहे. सिंधी समाज हिशोबी बुद्धीचा असल्यामुळे तो राजकारणातील सहभागाचादेखील हिशोब ठेवतो. सिंधी समाजाची हिशोबी बुद्धी आर्थिक गोष्टींवर अवलंबून असल्यामुळे, राजकारणाचे क्षेत्र निव्वळ समाजसेवेचे व पूर्ण वेळ समाजाला वाहून घेतलेले दिसून येत नाही. उत्तम प्रकारे व्यवसाय केला जातो. त्या व्यवसायाला संरक्षण म्हणून राजकारण केले जाते. याचा अर्थ सिंधी समाज 'राजकीय सत्तेची स्वायत्तता' ही संकल्पना स्वीकारत नाही. राजकीय सत्ता ही स्वतंत्र आहे. राजकीय सत्ता मिळवून राजकीय सत्तेला साध्य मानण्याचा विचार सिंधी समाजात नाही. परंतु व्यवसायाचे अस्तित्व राजकारणावर अवलंबून आहे, हा विचार मात्र सिंधी समाजात दिसून आला. त्यामुळे राजकीय सत्तेने व्यवसायाला संरक्षण दिले पाहिजे, शांतता-सुव्यवस्था राखली पाहिजे, व्यवसाय व्यवस्थित चालण्यासाठी कायद्याचे राज्य असले पाहिजे; या स्वरुपाची राजकीय जाणीव सिंधी समाजात दिसून आली. सिंधी समाज यामुळे राजकीय सत्तेवर पूर्णपणे अवलंबून असणरा घटक नाही, त्याचे अस्तित्व आर्थिक सत्तेमध्ये आहे. आर्थिक सत्तेमधील वर्चस्व टिकविण्यासाठी तो राजकारणाचा विचार करतो. यामुळे सिंधी समाज आर्थिक हितसंबंध जपण्यासाठी सत्तेची संरचना असावी अशी राजकीय जाणीवजागृती विकसित करतो. न्यायालय, कायदेमंडळ, कार्यकारी मंडळ, स्थानिक शासनाच्या यंत्रणा यांच्याकडे तो साधन म्हणून पाहतो. यामुळे त्यांचा सिंधी समाज-हाच विकासाचा केंद्रबिंदू आहे असे सिंधी समाजाच्या राजकारणातून स्पष्ट होते.

१२) सिंधी समाज हा राजकीयदृष्ट्या प्रगल्भ समाज आहे. सिंधी समाजाचा राजकीय सहभाग जास्त आहे. सिंधी समाज हा सुशिक्षित समाज आहे. सिंधी समाजाने वेगवेगळ्या प्रकारचे शिक्षणदेखील घेतलेले आहे. ३२% पदवीधर आहेत, ११% पदव्युत्तर शिक्षण घेतलेले लोक आहेत. व्यावसायिक शिक्षण घेतलेले ७%लोक आहेत. माध्यमिक व उच्च माध्यमिक शिक्षण घेतलेले २८% लोक आहेत. थोडक्यात, सिंधी समाज सुशिक्षित आहे व तो सुशिक्षितांच्या मूल्यांवरती आधारलेला समाज आहे. त्याचे दृष्टिकोन सुशिक्षित व हिशोबीपणाचे आहेत. त्यामुळे सिंधी समाजाचे राजकारणदेखील अर्थपूर्ण असलेले दिसून येते. त्याच्या राजकीय सहभागात बेहिशोबीपणा दिसत नाही, हे सिंधी समाजाच्या राजकीय सहभागाचे खास वैशिष्ट्य दिसून येते.

सिंधी समाज राजकारण हे अभिजनवादी किंवा विशेषज्ञ स्वरुपाच्या लोकशाही चौकटीत घडले पाहिजे या मताचा पुरस्कार करतो. समाजातील विशेष लोक म्हणजेच व्यावसायिक, उद्योगपती, वकील, डॉक्टर, वास्तुविशारद, अभियंते यांच्याकडेच सत्ता असावी; या सत्तेच्या संकल्पनेवर सिंधी समाजाचा विश्वास आहे. त्यामुळे सिंधी समाज १९९१ नंतर बदललेल्या जागतिक अर्थकारणाचा, खुल्या अर्थव्यवस्थेचा, मुक्त आर्थिक धोरणाचा पुरस्कर्तादेखील आहे. यामुळे सिंधी समाज आंतरराष्ट्रीय बाजारपेठेशी स्थानिक बाजारपेठेने जुळवून घ्यावे या मताचा आहे. या प्रकारचे स्वातंत्र्य राज्यसंस्थेने द्यावे असे सिंधी समाजाचे मत आहे. राज्यसंस्थेने केवळ कायदा व सुव्यवस्था राखण्याचे काम करावे असे सिंधी समाजाचे ठाम मत आहे. ही त्यांची समकालीन राजकीय जाणीव-जागृती आहे.

अहमदनगरचा सिंधी समाज हा धार्मिक चौकटीतदेखील राजकीय व आर्थिक चौकटीशी सुसंगत असे वर्तन करतो. कारण सिंधी समाज धार्मिक उत्सव भरवितो. धार्मिक उत्सवांमधून तो हिंदू धर्मपरंपरेचे पुनरुज्जीवन करतो. त्या भावनांचा वापर तो राजकारणातही करतो. याचा अर्थ अहमदनगरचा सिंधी समाज भाजप-शिवसेनेकडे झुकलेला आहे असे या अभ्यासातून दिसून आले. महानगरपालिकेसाठी आपण कोणत्या राजकीय पक्षाला मते देतो, हा प्रश्न विचारल्यावर या समाजातील ३४% व २८% लोकांनी अनुक्रमे शिवसेना व भाजपाला मते देतो असे सांगितले. या दोन पक्षांना मिळून सिंधी समाजाने ६२% मतदान केले होते. महानगरपालिकेत राष्ट्रवादी काँग्रेसला १९%, काँग्रेसला ७%,

मनसेला २% तर कम्युनिस्ट पक्षाला फक्त १% लोक मतदान करताना दिसले. याचा अर्थ अहमदनगरचा सिंधी समाज महानगरपालिकेतील निवडणुकीसाठी भाजपा-शिवसेनेकडे झुकलेला आढळला.

भा.ज.पा. व शिवसेनेनंतर सिंधी समाजाचा कल राष्ट्रवादी काँग्रेसपक्षाकडे दिसला. त्याचे कारण म्हणजे उल्हासनगर महापालिकेत बरेच दिवस या पक्षाची सत्ता होती. त्यामुळेही अहमदनगर येथील सिंधी समाजाचा कल काँग्रेसपक्षापेक्षा राष्ट्रवादी काँग्रेसकडे आढळून आला. शरद पवार यांना मानणारा एक गट येथील सिंधी समाजामध्ये सक्रिय असल्याचे आढळून आले. २०१४च्या अहमदनगर शहर विधानसभा निवडणुकीत पहिल्यांदा शहरात राष्ट्रवादी काँग्रेस पक्षाचा आमदार निवडून आला. तसेच २०१५मध्ये जिल्हा राष्ट्रवादी काँग्रेसपक्षाचे माजी अध्यक्ष व माजी आमदार दादाभाऊ कळमकर यांचे पुतणे अभिषेक कळमकर हे अहमदनगर पालिकेचे महापौर झाल्यानंतर त्यांच्या घरापासून जवळ असलेल्या सिंधी कॉलनीतील सिंधी समाजाचे प्रश्न प्राधान्याने सोडविल्याचे समोर आले आहे.

संदर्भसूची

- आडवाणी बेहरूमल महारचंद, १९९०, 'हिस्ट्री ऑफ हिंदूज इन सिंध', शारदा पब्लिशर्स, मुंबई
- आडवाणी एल. के. २००८, माय कंट्री माय लाईफ, रुपा अॅण्ड कंपनी, न्यू दिल्ली, दिल्ली.
- अहमदनगर महानगरपालिकेचे अंदाजपत्रक, २०१२-१३, अहमदनगर
- सेन्सस ऑफ इंडिया, महाराष्ट्र पॉप्युलेशन डेटा, २०११
- डॉवसे एस. ई. अँड ह्यूजेस जे. ए. १९७२, 'पोलिटिकल सोशॉलॉजी', जॉन विले अँड सन्स, लंडन
- अहमदनगर डिस्ट्रिक्ट स्टॅटिस्टिकला ऑफिस, 'इकॉनॉमिक्स अँड सोशल इव्हॅल्यूएशन', २०१४-१५
- हर्दवाणी एल. पी., १९९२ 'मराठी - सिंधी लेक्सीकॉन' (देवनागरी स्क्रीप्ट) राज्य साहित्य संस्कृती मंडळ, मुंबई
- इनामदार आणि पुराणिक, १९८४, 'राजकीय समाजशास्त्र' (मराठी), कॉन्टीनेंटल, पुणे
- इनामदार ना. र. आणि वकील अलीम, १९८४, 'आधुनिक राजकीय विश्लेषण' (मराठी), शुभदा - सारस्वत प्रकाशन, पुणे
- जोहारी जे. सी., १९९८, 'कम्पॅरिटिव्ह पोलिटिक्स, 'स्टर्लिंग नवी दिल्ली'

- कांबळे बाळ, २००३, 'पोलिटिकल, सोशल, इकॉनॉमिकल प्रोफाईल ऑफ कम्युनिटी : ए स्टडी ऑफ मारवाडी कम्युनिटी इन अहमदनगर सिटी', अनपब्लिश्ड यु. जी. सी. मायनर रिसर्च प्रोजेक्ट
- कौशिक सुशिला, १९९३, 'वुमेन्स पार्टीसिपेशन इन पॉलिटिक्स', विकास पब्लिशर्स, नवी दिल्ली
- कोशानेक स्टॅण्ले, १९७४, 'बिझिनेस अँड पोलिटिक्स इन इंडिया', युनिर्व्हसिटी, कॅलिफोर्निया प्रेस, बर्कली, लंडन (यु. के.)
- लेले जयंत, १९८२, 'इलिट प्लुरारिझम अँड क्लास रुल : पोलिटिकल डेव्हलपमेंट ऑफ महाराष्ट्र,' पॉप्युलर प्रकाशन, मुंबई
- मुखी एच. आर. १९९७, 'पोलिटिकल सोशॅलॉजी', एस. पी. डी. पब्लिशर्स, न्यू दिल्ली
- 'मराठी विश्वकोश' खंड १, १९७६, महाराष्ट्र राज्य मराठी विश्वकोश निर्मिती मंडळ, मुंबई
- मलकाणी के. आर., १९८७ 'दि. सिंधी स्टोरी', अलाईड पब्लिकेशन्स प्रायव्हेट लिमिटेड, सिंधी अॅकॅदमी दिल्ली
- मिरीकर ना. य. (सरदार), २०१६, अहमदनगर शहराचा इतिहास, अहमदनगर ऐतिहासिक वस्तुसंग्रहालय, अहमदनगर.
- 'नागरिक शास्त्र व प्रशासन कोश' (मराठी), २००१, महाराष्ट्र स्टेट ब्यूरो ऑफ टेक्स्टबुक प्रॉडक्शन अँड करिक्युलम रिसर्च (बालभारती) पुणे
- पळशीकर सुहास, बिरमल नितीन, पवार प्रकाश, २००४, 'महाराष्ट्राचे राजकारण, राजकीय प्रक्रियेचे स्थानिक संदर्भ', प्रतिमा प्रकाशन, पुणे
- उर्वशी बुटाला, 'दि सिंधी 'आयडेंटीटी' बुक रिव्ह्यू ऑफ रिटा कोठारीज 'दि बर्डन ऑफ रेफ्यूजीज : दि सिंधी हिंदूज इन गुजरात', इकॉनॉमीकल अँड पॉलिटिकल विकली, मे २००५
- सिरसीकर व्ही. एम., १९५६ 'पॉलिटिकल बिहेविअर इन इंडिया', पुणे
- 'समाज विज्ञान कोश', खंड २
- 'सिंधी पारिवारिक निर्देशिका', २००३, सिंधी नागरिक श्री. श्रीचंद तलरेजा, अहमदनगर यांनी स्वामी टेऊंराम मंदिर यांच्यातर्फे तयार केलेली निर्देशिका
- सिंधी पिपल, विकीपीडिया वेबसाईट

- सिंधिज इन इंडिया (फ्रॉम विकिपीडिया, दि फ्री एनसायक्लोपीडिया)
- 'सिंधीज स्प्रेड ऑल ओव्हर इंडिया', २००८, कलेक्टेड रिसर्च डाटा बाय सिंधी कन्सॉलिडेशन सेंटर
- व्होरा राजेन्द्र व पळशीकर सुहास, १९८७, 'राज्यशास्त्र कोश' (मराठी), दास्ताने आणि कंपनी, पुणे
- वेबसाईट www.eci.govt.in
- वेबसाईट www.yashada.in

वृत्तपत्रे व मासिके

- 'दैनिक हिंदू' (इन सिंधी अँड अरेबिक स्क्रिप्ट - मुंबई अँड अहमदाबाद)
- 'लिडर एक्सप्रेस' (उल्हासनगर)
- 'सिंधी रिपोर्ट' (अहमदाबाद)
- 'हिंदवासी' (मुंबई)
- 'दिल - ए - हिंद', फोर्टनाईटली समाचार पत्र (नवी दिल्ली)
- 'कुंज' (मुंबई)
- 'सुधा साहित्यिक' (मुंबई)
- 'रचना' (आदिपूर - गुजरात)
- 'अखंड सिंधू संसार' - देवनागरी स्क्रिप्ट (भोपाळ)